प्रस्तावना

भगवान गौतम बुद्ध यांच्या जीवनकार्याचा आणि बौद्ध धम्माच्या महान परंपरेचा अभ्यास करताना मला भारत आणि नेपाळमधील अनेक पवित्र बौद्ध तीर्थस्थळांना भेट देण्याची संधी मिळाली. सारनाथ, महाबोधी मंदिर, कुशीनगर, लुंबिनी, वैशाली, राजगृह, कपिलवस्तू आणि श्रावस्ती या ऐतिहासिक स्थळांच्या भेटीदरम्यान मला केवळ त्यांच्या नैसर्गिक आणि सांस्कृतिक सौंदर्याचा अनुभव आला नाही, तर त्या प्रत्येक स्थळाशी जोडलेला इतिहास, धम्मपरंपरा आणि मानवी मूल्यांचे महत्त्व अधिक जवळून समजले. या प्रवासाने बुद्धांच्या विचारविश्वाशी एक वेगळी आत्मीयता निर्माण केली.

या अनुभवांमधून मला जाणवले की बौद्ध धम्म हा केवळ धार्मिक संकल्पनांपुरता मर्यादित नसून तो विचार, विवेक, करुणा आणि वैज्ञानिक दृष्टिकोन यांचा जीवनमार्ग आहे. भगवान बुद्धांनी अंधश्रद्धा, कर्मकांड आणि आंधळ्या अनुकरणाऐवजी तर्क, अनुभव आणि आत्मपरीक्षणाला प्राधान्य दिले. कोणतीही गोष्ट केवळ परंपरेच्या आधारावर स्वीकारू नये, तर तिची स्वतः पडताळणी करावी, हा त्यांचा संदेश आजच्या आधुनिक काळातही अत्यंत महत्त्वाचा आणि मार्गदर्शक ठरतो.

बुद्धांच्या जीवनाचा अभ्यास करताना त्यांच्या संघर्षपूर्ण प्रवासाची जाणीव अधिक तीव्रतेने झाली. राजवैभवाचा त्याग करून त्यांनी दुःखमुक्तीचा शोध घेतला आणि संपूर्ण आयुष्य मानवकल्याणासाठी समर्पित केले. त्या काळातील सामाजिक विषमता, जातिभेद, कर्मकांड आणि अंधश्रद्धांविरुद्ध त्यांनी प्रज्ञा, समता आणि करुणेचा मार्ग दिला. त्यांच्या विचारांनी असंख्य लोकांच्या जीवनाला नवी दिशा दिली.

हे पुस्तक लिहिण्यामागे एक महत्त्वाचा उद्देश म्हणजे बौद्ध धम्माविषयी समाजात आढळणारे काही गैरसमज दूर करणे हा आहे. योग्य धम्मज्ञानाच्या अभावामुळे काही वेळा मूळ शिकवणीशी विसंगत परंपरांचे पालन केले जात असल्याचे दिसते. कोणावर टीका करण्याचा हेतू नसून

धम्मातील मूलभूत तत्वे, इतिहास आणि वास्तव यांचा अभ्यासपूर्ण परिचय करून देण्याचा हा एक प्रामाणिक प्रयत्न आहे.

या पुस्तकात बौद्ध धर्माचा इतिहास, भगवान बुद्धांचे जीवन, धम्माचा उदय व प्रसार, बौद्ध साहित्य, तीर्थस्थळे, डॉ. बाबासाहेब आंबेडकरांचे धर्मांतर तसेच आधुनिक जीवनातील बौद्ध दृष्टिकोन या विविध विषयांचा समावेश करण्यात आला आहे.

या पुस्तकाच्या निर्मितीसाठी विविध ग्रंथ, संशोधनपर लेख, ऐतिहासिक संदर्भ आणि उपलब्ध माहितीचा अभ्यास केला आहे. आपल्या सूचना, अभिप्राय किंवा दुरुस्तीसाठी आपण पुढील ई-मेलवर संपर्क साधू शकता : subhu31@gmail.com

हे पुस्तक वाचकांना बौद्ध धम्माकडे अधिक विवेकपूर्ण, अभ्यासपूर्ण आणि मानवतावादी दृष्टीने पाहण्याची प्रेरणा देईल, अशी आशा व्यक्त करतो. बुद्धांचा प्रज्ञा, करुणा आणि समतेचा संदेश समाजात अधिक दृढ व्हावा, हीच मंगलकामना.

डॉ. सुभाष मेश्राम

खंड १: बुद्धांचे जीवन, इतिहास आणि धम्माचा उदय

खंड २ : धम्म, ग्रंथ आणि तत्त्वज्ञान

खंड ३ : साधना, संघजीवन आणि धार्मिक आचरण

खंड ४ : आधुनिक जीवन, संस्कृती आणि सामाजिक दृष्टिकोन

खंड १

बुद्धांचे जीवन, इतिहास आणि धम्माचा उदय
(जीवन → घटना → इतिहास → विस्तार)

१ गौतम बुद्धांचे जीवनचरित्र

फल्गु नदी, बोधिवृक्ष, बुद्धांचे प्रवास, बुद्धांचा उपदेश, महापरिनिर्वाण

२. गौतम बुद्धांचे उपदेश

३ महापरिनिर्वाण : भगवान बुद्धांचा अंतिम प्रवास

४ बौद्ध धर्म : उदय, विस्तार आणि परिवर्तन

५ बौद्ध परिषदा

६ बौद्ध धर्माचे पंथ

७ बौद्ध साहित्य

८ बौद्ध तीर्थस्थळे

९ डॉ. बाबासाहेब आंबेडकरांचे बौद्ध धर्मात धर्मांतर

१ गौतम बुद्धांचे जीवनचरित्र

✿ बुद्धांचे बालपण आणि कुटुंब

गौतम बुद्धयांचा जन्म इ.स.पूर्व ५६३ मध्ये लुंबिनी येथे झाला. त्यांचे मूळ नाव सिद्धार्थ गौतम होते. त्यांचे वडील **शुद्धोधन** हे शाक्य गणराज्याचे राजा होते. त्यांच्या आई मायादेवी या कोलिय गणराज्याच्या राजकन्या होत्या. त्यांचे माहेर देवदह येथे होते. महामायांचे वडील सुप्पबुद्ध आणि आई अमिता होते. सिद्धार्थांच्या जन्मानंतर काही दिवसांतच महामायांचे निधन झाले.

यानंतर त्यांचे पालनपोषण त्यांच्या मावशी आणि सावत्र आई **महाप्रजापती गौतमीयांनी** केले. देवदत्त आणि आनंद हे बुद्धांचे चुलत भाऊ होते. सिद्धार्थांच्या जन्मानंतर एका ऋषींनी भविष्यवाणी केली होती की हा मुलगा पुढे महान राजा किंवा महान संन्यासी होईल.

ही भविष्यवाणी ऐकल्यानंतर त्यांच्या वडिलांनी सिद्धार्थांना दुःख, आजार, वार्धक्य किंवा मृत्यू यांसारख्या गोष्टी दिसू नयेत म्हणून त्यांना राजवाड्यात सर्व सुखसोयींमध्ये ठेवले. मात्र पुढे जीवनातील दुःख पाहूनच सिद्धार्थांनी सत्याच्या शोधासाठी संसाराचा त्याग केला.

बुद्धांना वैराग्य येण्याची कारणे

गौतम बुद्धयांच्या जीवनात वयाच्या २९ व्या वर्षी एक मोठा बदल घडला. राजवाड्यात सुखसुविधांमध्ये वाढलेल्या सिद्धार्थांनी बाहेर पडल्यावर चार महत्त्वाची दृश्ये पाहिली – *एक म्हातारा माणूस, एक आजारी व्यक्ती, एक मृतदेह आणि एक शांत संन्यासी.* या चार दृश्यांमुळे त्यांना जीवनाचे वास्तव समजले. वृद्धत्व, आजार आणि मृत्यू हे प्रत्येकाच्या आयुष्यात अटळ आहेत, स्वीकारण्याचा निश्चय केला. त्या रात्री त्यांनी पत्नी यशोधरा आणि मुलगा राहुल यांना मागे ठेवून राजवाडा सोडला. या घटनेला “महाभिनिष्क्रमण” असे म्हटले जाते.

ज्ञानप्राप्तीचा प्रवास

गौतम बुद्धयांनी सत्य आणि दुःखमुक्तीचा मार्ग शोधण्यासाठी राजवाड्याचे सुखसुविधायुक्त जीवन सोडले. त्यांनी अनेक गुरुंकडून ज्ञान घेतले आणि सुमारे सहा वर्षे कठोर तपश्चर्या केली. या काळात त्यांनी अत्यंत कमी अन्न घेणे, उपवास आणि देहाला कष्ट देणे अशा कठोर साधना केल्या. त्यामुळे त्यांचे शरीर अत्यंत कृश झाले, पण तरीही त्यांना अंतिम ज्ञानप्राप्ती झाली नाही.

यानंतर त्यांनी जाणले की अतिभोग आणि अतितपस्या हे दोन्ही टोकाचे मार्ग योग्य नाहीत. त्यामुळे त्यांनी "मध्यम मार्ग" स्वीकारला, जो संतुलित आणि संयमी जीवनाचा मार्ग मानला जातो. त्यानंतर ते महाबोधी मंदिरयेथे पिंपळाच्या झाडाखाली ध्यानस्थ बसले. अखेर वयाच्या ३५ व्या वर्षी त्यांना पूर्ण ज्ञानप्राप्ती झाली. त्या क्षणापासून ते "बुद्ध" म्हणजेच "प्रबुद्ध" किंवा "जागृत झालेला" म्हणून ओळखले जाऊ लागले.

बुद्धांनी प्राप्त केलेले ज्ञान केवळ वैयक्तिक मुक्तीसाठी नव्हते, तर संपूर्ण मानवजातीला दुःखातून मुक्तीचा मार्ग दाखवण्यासाठी होते.

फल्गु (फाल्गु) नदी, गया आणि गौतम बुद्ध यांचा संबंध

फल्गु (फाल्गु) नदी, गया आणि गौतम बुद्धयांचा संबंध अत्यंत महत्त्वाचा मानला जातो. ही नदी बिहारमधील Gaya शहराजवळून वाहते आणि लिलाजन (निरंजना) व मोहाना या दोन नद्यांच्या संगमातून तयार होते. सिद्धार्थ गौतम अतिशय उपवासामुळे अशक्त झाले असताना, सुजाता नावाच्या स्त्रीने त्यांना खीर दिली; त्यानंतर त्यांनी निरंजना (फल्गु) नदीत स्नान करून मध्यम मार्ग स्वीकारला. पुढे ते Bodh Gaya येथे बोधीवृक्षाखाली ध्यानस्थ बसले आणि त्यांना ज्ञानप्राप्ती होऊन ते बुद्ध झाले; बकरौर (सेनानीग्राम) हे सुजाता हिचे गावही याच परिसरात मानले जाते.

सुजाता मंदिर आणि सुजाता स्तूप हे बोधगयापासून सुमारे २० मिनिटांवर स्थित आहेत. या स्तूपाची प्रारंभिक बांधणी इ.स.पूर्व २ऱ्या शतकात झाली असून, इ.स. ९व्या शतकात राजा देवपाल यांनी त्याचा विस्तार केला. उत्खननात "देवपाल राजाचे सुजाता गृह" असा शिलालेख सापडतो. सुझाताने बुद्धांना दिलेल्या खिरीच्या स्मरणार्थ हे ठिकाण अत्यंत पवित्र मानले जाते.

बोधिवृक्ष : ज्ञानप्राप्तीचे पवित्र प्रतीक

बोधिवृक्ष अथवा पिंपळ (पीपल) वृक्ष हा बौद्ध धर्मातील अत्यंत पवित्र आणि श्रद्धास्थान मानला जाणारा वृक्ष आहे. याच वृक्षाखाली ध्यानसाधना करत असताना गौतम बुद्धयांना परमज्ञान अथवा "बोध" प्राप्त झाला. त्यामुळे हा वृक्ष बौद्ध परंपरेत ज्ञान, प्रज्ञा आणि आध्यात्मिक जागृतीचे प्रतीक मानला जातो. हा पवित्र वृक्ष प्राचीन उरुवेला गावात होता, जे आज Bodh Gaya या नावाने प्रसिद्ध आहे. बुद्धांना येथेच ज्ञानप्राप्ती झाल्यामुळे बोधगया हे बौद्ध धर्मातील सर्वात महत्त्वाचे तीर्थक्षेत्र मानले जाते.

गौतम बुद्धांना बोध कधी प्राप्त झाला?

बौद्ध परंपरेनुसार सिद्धार्थ गौतम यांनी कठोर तपश्चर्या आणि गहन ध्यानसाधनेनंतर बोधिवृक्षाखाली ज्ञानप्राप्ती केली. साधारणतः इ.स.पूर्व ५३० किंवा ५२८ च्या सुमारास, म्हणजेच सुमारे २५०० वर्षांपूर्वी, त्यांनी सलग ४९ दिवस ध्यान करून "सम्यक संबोधी" प्राप्त केली, असे बौद्ध ग्रंथांमध्ये वर्णन आढळते. ऐतिहासिक संशोधनानुसार या कालावधीबाबत काही मतभेद असले तरी बुद्धांना इ.स.पूर्व पाचव्या शतकात ज्ञानप्राप्ती झाली, ही सर्वसाधारण मान्यता स्वीकारली जाते.

मूळ बोधिवृक्ष आज अस्तित्वात आहे का?

आज बोधगयामध्ये दिसणारा बोधिवृक्ष हा बुद्धांच्या काळातील मूळ वृक्ष नसला, तरी तो त्याच वृक्षाचा वंशज मानला जातो. सुमारे अडीच हजार वर्षांच्या इतिहासात मूळ बोधिवृक्ष अनेक वेळा नैसर्गिक आपत्ती, आक्रमणे आणि इतर कारणांमुळे नष्ट झाला. तथापि, प्रत्येक वेळी त्याच ठिकाणी त्याच्या मुळांपासून किंवा शाखांपासून नवीन वृक्ष लावण्यात आला.

सध्याचा बोधिवृक्ष हा मूळ वृक्षाचा उत्तराधिकारी मानला जातो. या स्थळाच्या जतन व पुनर्स्थापनेसाठी १८८१ मध्ये अलेक्झांडर कनिंघम यांनी महत्त्वपूर्ण योगदान दिले.

श्रीलंकेतील चिरंतन बोधिवृक्ष

बोधिवृक्षाशी संबंधित एक महत्त्वाची परंपरा श्रीलंकेत आढळते. सम्राट अशोक यांच्या कन्या संघमित्रा (संघमित्ते, पाली परंपरेनुसार) यांनी इ.स.पूर्व २८८ च्या सुमारास बोधिवृक्षाची एक फांदी श्रीलंकेत नेऊन तिचे रोपण केले.

हा वृक्ष "*जया श्री महाबोधी*" या नावाने प्रसिद्ध आहे. तो अनुराधापूर येथे स्थित असून जगातील सर्वात जुना मानवनिर्मित आणि ऐतिहासिक नोंदी असलेला वृक्ष मानला जातो. सुमारे २३०० वर्षांहून अधिक काळापासून हा वृक्ष बौद्ध श्रद्धा, इतिहास आणि सांस्कृतिक वारशाचे जिवंत प्रतीक म्हणून ओळखला जातो.

गया आणि बौद्ध धर्म

बिहारमधील गया परिसरात वसलेले बोधगया हे बौद्ध धर्मातील सर्वात पवित्र आणि जागतिक स्तरावर मान्यताप्राप्त तीर्थक्षेत्र मानले जाते. हीच ती पवित्र भूमी आहे जिथे राजकुमार सिद्धार्थ गौतम यांनी सत्याच्या शोधासाठी दीर्घ आणि कठोर तपश्चर्या केल्यानंतर बोधिवृक्षाखाली गहन ध्यानसाधना केली. याच ठिकाणी त्यांना "**सम्यक संबोधी**" प्राप्त झाली आणि ते भगवान बुद्ध म्हणून जगासमोर प्रकट झाले.

भगवान बुद्धांच्या ज्ञानप्राप्तीनंतर बोधगया बौद्ध श्रद्धेचे प्रमुख केंद्र म्हणून विकसित झाले. इ.स.पूर्व तिसऱ्या शतकात सम्राट अशोकांनी या पवित्र स्थळाला भेट देऊन येथे स्तूप आणि स्मारके उभारल्याची परंपरा आढळते. पुढील काळात

गुप्तकालीन राजांच्या आश्रयाखाली या परिसराचा अधिक विकास झाला आणि आज दिसणाऱ्या महाबोधी मंदिराच्या भव्य वास्तुरचनेचा पाया घातला गेला. मध्ययुगीन काळात बौद्ध धर्माचा ऱ्हास झाल्यामुळे मंदिराची काही काळ उपेक्षा झाली; मात्र एकोणिसाव्या शतकात त्याचा व्यापक जीर्णोद्धार करण्यात आला आणि त्याचे ऐतिहासिक वैभव पुन्हा उजागर झाले.

आज बोधगयातील पवित्र बोधिवृक्ष बुद्धांच्या ज्ञानप्राप्तीची आणि प्रज्ञेच्या प्रकाशाची जिवंत स्मृती जपत उभा आहे. बोधिवृक्षालगत असलेले महाबोधी मंदिर हे बौद्ध स्थापत्यकलेचा एक अद्वितीय नमुना मानले जाते. मंदिराच्या मुख्य गर्भगृहात ध्यानस्थ बुद्धांची भव्य मूर्ती स्थापित आहे, जी ज्ञानप्राप्तीच्या त्या ऐतिहासिक क्षणाची आठवण करून देते. मंदिर परिसरातील **वज्रासन, पवित्र बोधिवृक्ष** आणि **बुद्धांच्या ध्यानाशी संबंधित** इतर स्मृतिस्थळे या ठिकाणाच्या धार्मिक व ऐतिहासिक महत्त्वात भर घालतात.

मंदिर परिसरातील शांत वातावरण, ध्यानस्थ भिक्षूंची उपस्थिती आणि जवळून वाहणारी फल्गु नदी बुद्धांच्या आध्यात्मिक प्रवासाची साक्ष देत

असल्याची भावना निर्माण करतात. महाबोधी मंदिराला **इ.स. २००२** मध्ये युनेस्कोच्या जागतिक वारसा स्थळाचा दर्जा प्रदान करण्यात आला.

बुद्धांचे धर्मप्रसारासाठीचे प्रवास

ज्ञानप्राप्तीनंतर गौतम बुद्धयांनी सुमारे ४५ वर्षे भारतातील विविध प्रदेशांत भ्रमण करून धम्माचा प्रचार आणि मानवकल्याणाचा संदेश दिला. त्यांच्या प्रवासामुळे अनेक ठिकाणे बौद्ध धर्मातील महत्त्वाची तीर्थक्षेत्रे बनली.

सारनाथ:- सारनाथ येथे बुद्धांनी ज्ञानप्राप्तीनंतर प्रथम उपदेश दिला. या उपदेशाला "धम्मचक्र प्रवर्तन" असे म्हटले जाते. याच ठिकाणी बौद्ध संघाची स्थापना झाली आणि धम्मप्रसाराची औपचारिक सुरुवात झाली. बौद्ध परंपरेनुसार हा प्रसंग इ.स.पूर्व सुमारे ५२८ च्या काळात घडला.

राजगृह (राजगीर):- राजगृह हे प्राचीन मगध साम्राज्याची राजधानी होते. बुद्धांनी येथे अनेक वेळा वास्तव्य केले. विशेषतः गृद्धकूट पर्वत (गृध्रकूट पर्वत) या पर्वतावर त्यांनी अनेक महत्त्वपूर्ण प्रवचने दिली. कमल सूत्र आणि प्रज्ञापारमिता यांसारख्या उपदेशपर परंपरांचा संबंधही या प्रदेशाशी जोडला जातो. इ.स.पूर्व ५२० ते ४८० दरम्यान बुद्धांचा येथे वारंवार निवास होता.

श्रावस्ती:- श्रावस्ती हे बुद्धांच्या कार्यातील अत्यंत महत्त्वाचे केंद्र मानले जाते. बुद्धांनी आपल्या जीवनातील सर्वाधिक वर्षावास येथे व्यतीत केले. अनेक सुत्ते आणि उपदेश याच ठिकाणी दिले गेले. बौद्ध धर्माच्या संघजीवनाच्या दृष्टीने श्रावस्तीला विशेष महत्त्व आहे.

वैशाली:- वैशाली येथे बुद्धांनी स्त्रियांना संघात प्रवेश देण्यास मान्यता दिली, ज्यामुळे बौद्ध संघात भिक्षुणी परंपरेची सुरुवात झाली. याच ठिकाणी बुद्धांनी आपल्या महापरिनिर्वाणाची घोषणा केल्याचे बौद्ध ग्रंथांमध्ये वर्णन आढळते. इ.स.पूर्व सुमारे ५०० च्या काळात हे घटनाक्रम घडल्याचे मानले जाते.

कुशीनगर:- कुशीनगर हे बुद्धांच्या जीवनातील अंतिम आणि अत्यंत पवित्र स्थळ मानले जाते. याच ठिकाणी त्यांनी आपल्या देहाचा त्याग करून महापरिनिर्वाण प्राप्त केले. बौद्ध परंपरेनुसार हा प्रसंग इ.स.पूर्व सुमारे ४८३ मध्ये घडला.

२ गौतम बुद्धांचे उपदेश

ज्ञानप्राप्तीनंतर गौतम बुद्धयांनी मानवकल्याणासाठी आपल्या धम्मप्रचाराची सुरुवात केली. बौद्ध परंपरेनुसार त्यांनी इ.स.पूर्व सुमारे ५२८ मध्ये सारनाथ येथे आपला पहिला उपदेश दिला. वाराणसीपासून सुमारे दहा किलोमीटर अंतरावर असलेल्या या स्थळाला त्या काळी "**ऋषिपत्तन मृगदाव**" अथवा "मृगदाय" असे म्हटले जात असे. बुद्धांनी हा उपदेश आपल्या पूर्वीच्या पाच सहकाऱ्यांना – पंचवर्गीय भिक्षूंना – दिला. हे भिक्षू पूर्वी सिद्धार्थ गौतमांसोबत कठोर तपश्चर्या करणारे साधक होते. त्यामध्ये **अस्सजि, भद्दिय, कोण्डञ्ञ, महानाम** आणि **वप्प** यांचा समावेश होता.

धर्मचक्रप्रवर्तन सूत्र

सारनाथ येथे गौतम बुद्धयांनी दिलेला पहिला उपदेश "धर्मचक्रप्रवर्तन सूत्र" म्हणून ओळखला जातो. या उपदेशातून बुद्धांनी लोकांना धम्माचा मार्ग समजावून सांगितला. त्यांनी मध्यम मार्ग, चार आर्यसत्य आणि अष्टांगिक मार्ग यांची शिकवण दिली. माणसाच्या दुःखाचे कारण काय आहे आणि त्यातून मुक्त कसे व्हावे, हे बुद्धांनी सोप्या भाषेत सांगितले. या उपदेशानंतर बौद्ध धर्माचा प्रसार सुरू झाला आणि लोकांना शांतता, करुणा व चांगले जीवन जगण्याचा मार्ग मिळाला.

मध्यम मार्ग

बुद्धांनी सांगितले की, माणसाने दोन टोकांचा त्याग केला पाहिजे. पहिले टोक म्हणजे केवळ विलासात आणि सुखात मग्न राहणे, आणि दुसरे टोक म्हणजे शरीराला अत्यंत कष्ट देऊन खडतर तपश्चर्या करणे. या दोन्ही गोष्टी प्रगतीसाठी निरर्थक आहेत. त्याऐवजी 'मध्यम मार्ग' स्वीकारावा, जो

शांती आणि निर्वाणाकडे नेतो. बुद्ध म्हणाले “अति भोग आणि अति तप – हे दोन्ही टोकाचे मार्ग सोडा.” ✓संतुलित जीवन = मध्यम मार्ग

चार आर्यसत्य (The Four Noble Truths):

१. दुःख: जगात दुःख आहे:
(जन्म, व्याधी, मृत्यू, प्रिय व्यक्तीचा विरह हे सर्व दुःख आहे).

२.दुःख समुदाय: दुःखाचे मूळ कारण 'तृष्णा'
(अति इच्छा किंवा हाव) आहे.

३.दुःख निरोध: तृष्णेचा त्याग केल्यास
दुःखाचा अंत होतो.

४.दुःख निरोधगामिनी प्रतिपदा: दुःख मुक्तीसाठी
अष्टांगिक मार्गाचा' अवलंब करणे आवश्यक आहे.

अष्टांगिक मार्ग (The Eightfold Path):

1) सम्यक दृष्टी (योग्य विचार)
2) सम्यक संकल्प (योग्य निश्चय)
3) सम्यक वाचा (सत्य व गोड बोलणे)
4) सम्यक कर्मांत (चांगली कृती)
5) सम्यक आजीव (शुद्ध मार्गाने उपजीविका)
6) सम्यक व्यायाम (योग्य प्रयत्न)
7) सम्यक स्मृती (जागरूकता)
8) सम्यक समाधी (चित्ताची एकाग्रता)

बुद्धांच्या या पहिल्या उपदेशामुळेच बौद्ध धर्माच्या प्रचाराला सुरुवात झाली आणि मानवतेला शांतीचा मार्ग मिळाला. दैनंदिन जीवनात अष्टांगिक मार्गाचा (Eightfold Path) अवलंब करणे म्हणजे केवळ धार्मिक विधी नसून, एक शिस्तबद्ध आणि सुखी जीवन जगण्याची कला आहे. खाली दिलेल्या उदाहरणांवरून तुम्हाला हे तत्वज्ञान सोप्या भाषेत समजेल:

१. सम्यक दृष्टी (Right View)

- ❖ परिस्थितीकडे पूर्वग्रह न ठेवता ती जशी आहे तशी पाहणे.
- ❖ दैनंदिन उदाहरण: कोणाशी वाद झाला तर केवळ स्वतःची बाजू न पाहता, समोरच्याच्या परिस्थितीचाही विचार करणे. "प्रत्येक गोष्टीला कारण असते" हे समजून घेणे म्हणजे सम्यक दृष्टी.

२. सम्यक संकल्प (Right Resolve)

- ❖ मनात चांगल्या गोष्टींचे संकल्प करणे आणि वाईट विचारांपासून दूर राहणे.
- ❖ दैनंदिन उदाहरण: सकाळी उठल्यावर "आज मी कोणाचेही मन दुखावणार नाही" किंवा "आज मी माझे काम प्रामाणिकपणे करेन" असा निश्चय करणे.

३. सम्यक वाचा (Right Speech)

- ❖ नेहमी सत्य, मृदू आणि उपयोगाचे बोलणे.
- ❖ दैनंदिन उदाहरण: कोणाची चहाडी न करणे, कोणावर विनाकारण न ओरडणे किंवा खोटे न बोलणे. तुमचे शब्द कोणाला तरी धीर देणारे असावेत, त्रास देणारे नाहीत.

४. सम्यक कर्मांत (Right Action)

- ❖ अहिंसक आणि नैतिक आचरण ठेवणे.
- ❖ दैनंदिन उदाहरण: निसर्गाची हानी न करणे, चोरी न करणे आणि कोणत्याही प्राण्याला किंवा माणसाला शारीरिक इजा न पोहोचवणे.

५. सम्यक आजीव (Right Livelihood)

- ❖ आपली उपजीविका (नोकरी किंवा व्यवसाय) प्रामाणिक मार्गाने करणे.
- ❖ दैनंदिन उदाहरण: अशा व्यवसायापासून दूर राहणे ज्यामुळे इतरांचे नुकसान होते (उदा. भेसळयुक्त पदार्थ विकणे, फसवणूक करणे). कष्टाने मिळवलेला पैसा हाच खरा 'सम्यक आजीव' आहे.

६. सम्यक व्यायाम (Right Effort)

- ❖ मनात येणाऱ्या वाईट विचारांना रोखण्यासाठी आणि चांगल्या विचारांना वाढवण्यासाठी प्रयत्न करणे.
- ❖ दैनंदिन उदाहरण: जर मनात राग किंवा मत्सर येत असेल, तर तो ओळखून शांत राहण्याचा प्रयत्न करणे. स्वतःला मानसिकदृष्ट्या अधिक चांगले बनवण्यासाठी सतत प्रयत्नशील राहणे.

७. सम्यक स्मृती (Right Mindfulness)

- ❖ वर्तमान क्षणात जगणे आणि स्वतःच्या शरीराच्या व मनाच्या हालचालींबद्दल जागरूक राहणे.
- ❖ दैनंदिन उदाहरण: जेवताना केवळ जेवणावर लक्ष केंद्रित करणे (मोबाईल न पाहता), चालताना पावलांच्या स्पर्शाची जाणीव ठेवणे. यामुळे मानसिक ताण कमी होतो.

८. सम्यक समाधी (Right Concentration)

- ❖ मनाला एकाग्र करणे.
- ❖ दैनंदिन उदाहरण: दररोज किमान ५-१० मिनिटे शांत बसून श्वासावर लक्ष केंद्रित करणे. यामुळे कामात लक्ष लागते आणि मन विचलित होत नाही.

थोडक्यात सांगायचे तर: अष्टांगिक मार्ग म्हणजे आपल्या विचारांवर, शब्दांवर आणि कृतींवर नियंत्रण ठेवणे. यामुळे केवळ आपल्यालाच नव्हे, तर आपल्या संपर्कात येणाऱ्या सर्वांनाच सुख मिळते.

बुद्धांचे इतर महत्त्वपूर्ण उपदेश

ज्ञानप्राप्तीनंतरच्या सुमारे पंचेचाळीस वर्षांच्या धम्मप्रचारात गौतम बुद्धयांनी अनेक महत्त्वपूर्ण उपदेश दिले. हे उपदेश विविध सुत्तांच्या स्वरूपात बौद्ध साहित्यात जतन करण्यात आले आहेत. सारनाथ येथे दिलेला बुद्धांचा पहिला उपदेश "**धर्मचक्रप्रवर्तन सूत्र**" या नावाने प्रसिद्ध आहे.

आदित्यपर्याय सुत्तः- या उपदेशात बुद्धांनी मानवी जीवन राग, द्वेष आणि मोह यांच्या आगीने जळत असल्याचे सांगितले. इंद्रिय आणि मनातून निर्माण होणाऱ्या आसक्तीमुळे दुःख निर्माण होते, त्यामुळे जागरूकता आणि विरक्ती आवश्यक असल्याचे त्यांनी स्पष्ट केले.

अनत्तलक्खण सुत्तः- या सुत्तात बुद्धांनी "अनात्मा" या तत्त्वाचे स्पष्टीकरण केले. शरीर आणि मन हे सतत बदलणारे असून स्थिर असा आत्मा अस्तित्वात नाही, असे त्यांनी सांगितले. या विचारामुळे अहंकार कमी होऊन वैराग्याची भावना निर्माण होते.

महामंगल सुत्तः- महामंगल सुत्तामध्ये बुद्धांनी जीवनातील खऱ्या कल्याणाचा मार्ग स्पष्ट केला. चांगली संगत, पालकांची सेवा, सदाचार, शिक्षण आणि संयम यांसारख्या गुणांना त्यांनी खऱ्या मंगलाचे स्वरूप मानले.

कलमा सुत्तः-या सुत्तामध्ये बुद्धांनी अंधश्रद्धा आणि आंधळ्या विश्वासाला विरोध केला. केवळ परंपरा, ऐकीव माहिती किंवा अधिकार यांच्या आधारावर सत्य स्वीकारू नये, तर स्वतःच्या बुद्धीने विचार करूनच निर्णय घ्यावा, असा विवेकवादी संदेश त्यांनी दिला.

सिगालोवाद सुत्तः- गृहस्थ जीवनासाठी मार्गदर्शक मानल्या जाणाऱ्या या सुत्तात बुद्धांनी कुटुंब, मित्र, समाज आणि गुरुजनांशी योग्य संबंध कसे ठेवावेत याचे मार्गदर्शन केले आहे. प्रामाणिकपणा, जबाबदारी आणि संतुलन हे सुखी जीवनाचे आधार असल्याचे त्यांनी सांगितले.

वसेठ्ठ सुत्तः-या सुत्तात बुद्धांनी जातिव्यवस्थेवर प्रहार करताना माणसाचे श्रेष्ठत्व जन्मावर नव्हे, तर कर्म आणि आचरणावर अवलंबून असल्याचे स्पष्ट केले. सर्व मानव समान आहेत, हा समतेचा संदेश या उपदेशातून दिला गेला.

मेत्ता सुत्तः- मेत्ता सुत्तामध्ये सर्व प्राणिमात्रांप्रती प्रेम, दया आणि करुणा बाळगण्याचा संदेश आहे. जशी माता आपल्या अपत्यावर निस्वार्थ प्रेम करते, तसेच सर्वांबद्दल मैत्रीभाव ठेवावा, असे बुद्धांनी सांगितले.

महापरिनिब्बान सुत्तः- हे बुद्धांचे अंतिम उपदेश मानले जातात. या सुत्तात त्यांनी जीवनाच्या अनित्यता आणि धम्माच्या महत्त्वावर भर दिला. ""अत्त दीपो भव"" अर्थात "स्वतःच स्वतःचा दीप बना" या संदेशातून त्यांनी आत्मप्रयत्न, जागरूकता आणि स्वावलंबनाचा मार्ग मानवजातीसमोर ठेवला.

३ महापरिनिर्वाण : भगवान बुद्धांचा अंतिम प्रवास

संध्याकाळचा तो अत्यंत शांत आणि गंभीर क्षण होता. आकाशात सोनेरी प्रकाशाची मंद छटा पसरली होती आणि वातावरणात एक विलक्षण स्थिरता जाणवत होती. गौतम बुद्धआता ऐंशी वर्षांचे झाले होते. दीर्घकाळाच्या प्रवासामुळे आणि अखंड धम्मप्रचारामुळे त्यांचे शरीर थकले होते, परंतु त्यांचे मन अद्याप शांत, प्रसन्न आणि प्रज्ञेने उजळलेले होते. ते काही क्षण स्थिर उभे राहून वैशाली कडे निरखून पाहत राहिले आणि आपल्या प्रिय शिष्य आनंदाला हळुवार स्वरात म्हणाले, "आनंद, हे वैशाली मी शेवटचे पाहत आहे."

या शब्दांनी आनंदाच्या अंतःकरणात एक वेदनादायी जाणीव निर्माण झाली. त्याला जाणवत होते की तथागतांचा अंतिम प्रवास आता समाप्तीकडे वाटचाल करीत आहे. तथापि, आपल्या भावनांना आवर घालत तो शांतपणे गुरुंच्या मागे चालत राहिला.

चुंड लोहाराचे भोजन : करुणा आणि समतेचा संदेश

गौतम बुद्धकुशीनगरच्या दिशेने प्रवास करीत असताना वाटेत त्यांची भेट चुंड नावाच्या एका लोहाराशी झाली. चुंड अत्यंत श्रद्धावान होता. त्याने अपार भक्तिभावाने बुद्धांना भोजन अर्पण केले. तथापि, भोजनानंतर बुद्धांची प्रकृती अचानक खालावू लागली. त्यांना तीव्र अशक्तपणा आणि वेदना जाणवू लागल्या. हे पाहून आनंद अत्यंत चिंताग्रस्त झाला.

परंतु अशा अवस्थेतही बुद्धांचे मन निर्विकार आणि करुणेने परिपूर्ण होते. त्यांनी आनंदाला शांतपणे सांगितले, "**चुंडाला दोष देऊ नकोस**. त्याने अत्यंत श्रद्धेने अन्नदान केले आहे. त्याला सांग की त्याचे पुण्य महान आहे."

या प्रसंगातून बुद्धांची करुणा, समता आणि दुसऱ्याच्या भावनांची जपणूक करण्याची वृत्ती स्पष्टपणे दिसून येते. स्वतःच्या वेदनेपेक्षाही दुसऱ्याच्या मनाला दुःख होऊ नये, याचीच त्यांना अधिक काळजी होती.

कुशीनगर : निसर्गाचा मौन निरोप

शेवटी कुशीनगर येथे पोहोचल्यानंतर बुद्धांनी दोन सालवृक्षांच्या मध्ये विश्रांती घेतली. बौद्ध परंपरेनुसार त्या क्षणी सालवृक्षांवर अकाली फुले उमलली होती, जणू निसर्ग स्वतः आपल्या महान गुरुचा अंतिम निरोप घेत होता. बुद्ध उजव्या कुशीवर *"सिंहशय्या"* मुद्रेत शांतपणे विसावले. त्यांच्या चेहऱ्यावर अद्भुत शांतता आणि समाधीचे तेज झळकत होते.

आनंदाचे दुःख आणि बुद्धांचे सांत्वन

तथागतांच्या निकटवर्ती शिष्यांपैकी आनंद हा अत्यंत भावनिक आणि सेवाभावी भिक्षू होता. गुरुंच्या आसन्न महापरिनिर्वाणाची जाणीव होताच तो दूर जाऊन अश्रू ढाळू लागला. "मी अजून मुक्त झालो नाही, आणि गुरु मला सोडून जात आहेत," अशी वेदना त्याच्या अंतःकरणात दाटून आली होती.

बुद्धांनी त्याला जवळ बोलावले आणि अत्यंत प्रेमाने सांगितले, "आनंद, दुःखी होऊ नकोस. तू दीर्घकाळ निष्ठेने सेवा केली आहेस. या जगातील सर्व गोष्टी

अनित्य आहेत – हे सदैव स्मरणात ठेव." या शब्दांमधून बुद्धांनी जीवनाच्या अनित्यता आणि स्वीकाराच्या तत्त्वाची अंतिम शिकवण दिली.

अंतिम उपदेश : जागरूकतेचा संदेश त्या वेळी सभोवताली अनेक भिक्षू शांतपणे जमले होते. वातावरण अत्यंत गंभीर आणि भावपूर्ण झाले होते. बुद्धांनी आपल्या शिष्यांना शेवटचा प्रश्न विचारला – "तुमच्या मनात धम्माविषयी काही शंका आहे का ?" परंतु सर्व भिक्षू निःशब्द राहिले. त्यांना आपल्या गुरुंच्या शिकवणीवर पूर्ण विश्वास होता.

यानंतर बुद्धांनी आपली अंतिम वाणी उच्चारली – "**वयधम्मा संखारा, अप्पमादेन संपादेथ.**" *अर्थात, "सर्व संकल्पित गोष्टी नाशवान आहेत; म्हणून जागरूकतेने आणि परिश्रमपूर्वक आपले कल्याण साधा."* हीच बुद्धांच्या संपूर्ण तत्त्वज्ञानाची साररूप शिकवण मानली जाते. जागरूकता, प्रयत्नशीलता आणि अनित्यता यांवर आधारित हा संदेश आजही बौद्ध धर्माचा मूलाधार समजला जातो.

महापरिनिर्वाण : अंतिम शांततेत विलीन

यानंतर गौतम बुद्धध्यानावस्थेत क्रमाक्रमाने अधिक गहन समाधीकडे जाऊ लागले. त्यांनी ध्यानाच्या विविध अवस्था पार केल्या आणि अखेरीस अत्यंत शांतपणे महापरिनिर्वाण प्राप्त केले. त्या क्षणी सभोवतालचे वातावरण जणू स्तब्ध झाले. अनेक भिक्षू आणि अनुयायी दुःखाने व्याकुळ झाले, तर निसर्गही मौन पाळून उभा असल्याचा भास होत होता.

तथापि, बुद्धांसाठी मृत्यू हा अंत नव्हता; तो संपूर्ण दुःखनिरोध आणि अंतिम शांततेत विलीन होण्याचा क्षण होता. महापरिनिर्वाण ही केवळ एका महान व्यक्तीची जीवनसमाप्ती नव्हती, तर मानवजातीला अनित्यता, करुणा आणि जागरूकतेचा अमर संदेश देणारी ऐतिहासिक घटना होती.

✨ *"महापरिनिर्वाणाने बुद्धांचे जीवन संपले, परंतु त्यांची करुणा, प्रज्ञा आणि जागरूकतेचा संदेश आजही मानवतेला मार्गदर्शन करीत आहे."*

🔥 भगवान बुद्धांचे अंतिम संस्कार आणि स्तूप परंपरेची सुरुवात

कुशीनगर येथे त्या दिवशी एक विलक्षण शांतता आणि गंभीरता पसरली होती. गौतम बुद्धयांनी महापरिनिर्वाण प्राप्त केले होते. वातावरण दुःखमय असले तरी त्यामध्ये अपार आदर, श्रद्धा आणि कृतज्ञतेची भावना दाटून आलेली होती. बुद्धांच्या महान कार्याची जाणीव सर्वांनाच होती. म्हणूनच कुशीनगरच्या मल्ल गणराज्याने त्यांच्या अंत्यसंस्कारांना राजकीय सन्मान देण्याचा निर्णय घेतला.

बौद्ध परंपरेनुसार बुद्धांचे पार्थिव सात दिवस ठेवण्यात आले. या काळात दूरदूरून असंख्य अनुयायी, भिक्षू आणि सामान्य लोक कुशीनगर येथे येत होते. ते आपल्या महान गुरुंना श्रद्धांजली अर्पण करून अंतिम दर्शन घेत होते. त्या सात दिवसांमध्ये संपूर्ण परिसरात गहन शोक आणि पवित्रतेचे वातावरण निर्माण झाले होते. त्यानंतर राजकीय विधीनुसार बुद्धांच्या पार्थिवाचे दहन करण्यात आले. हा केवळ एका महान व्यक्तिमत्त्वाच्या जीवनाचा शेवट नव्हता, तर एका युगाच्या समाप्तीचा आणि एका अमर धम्मपरंपरेच्या नव्या प्रवासाचा क्षण होता.

बुद्धांच्या अस्थींवरील वाद आणि शांततेचा संदेश

दहनानंतर बुद्धांच्या अस्थी प्राप्त करण्यासाठी विविध राज्यांचे प्रतिनिधी कुशीनगर येथे आले. प्रत्येक राज्याला आपल्या भूमीत बुद्धांच्या स्मृती जतन कराव्यात, अशी इच्छा होती. त्यामुळे अस्थींच्या वाटणीवरून मतभेद निर्माण होण्याची शक्यता निर्माण झाली.

या वेळी दोण नावाच्या एका ज्ञानी ब्राह्मणाने मध्यस्थी केली. त्याने शांतपणे सर्वांना समजावले की बुद्धांचा मार्ग हा संघर्षाचा नव्हे, तर शांती आणि समतेचा मार्ग आहे. त्याच्या सूचनेनुसार बुद्धांच्या अस्थींचे आठ समान भाग करण्यात आले आणि ते विविध राज्यांना देण्यात आले. या प्रसंगातून बुद्धांच्या शिकवणीतील समन्वय, शांतता आणि ऐक्याची भावना पुन्हा एकदा प्रकट झाली.

स्तूपांची निर्मिती आणि बौद्ध स्मारक परंपरा

बुद्धांच्या अस्थी प्राप्त झाल्यानंतर विविध राज्यांनी त्या अवशेषांवर स्तूपांची निर्मिती केली. हे स्तूप पुढे बौद्ध श्रद्धा, ध्यान आणि पूजेची पवित्र केंद्रे बनले. अस्थींचे भाग प्राप्त करणाऱ्या प्रमुख राज्यांमध्ये मगधचे राजा अजातशत्रू , वैशालीचे लिच्छवी, कपिलवस्तूचे शाक्य, अल्लकप्पाचे बुली, रामग्रामचे कोलिय, वेठदीपचा ब्राह्मण तसेच पावा आणि कुशीनगर येथील मल्ल यांचा समावेश होता.

या प्रत्येक स्थळी उभारण्यात आलेले स्तूप हे केवळ स्मारक नव्हते, तर बुद्धांच्या धम्माचे जिवंत प्रतीक मानले जात होते. श्रद्धा, ध्यान, नैतिकता आणि धम्मचिंतन यांची केंद्रे म्हणून त्यांना विशेष महत्त्व प्राप्त झाले.

अतिरिक्त स्तूपांची निर्मिती

अस्थींच्या विभाजनानंतरही स्तूप परंपरेचा विस्तार थांबला नाही. पिप्पलिवनच्या मोऱ्यांना बुद्धांच्या दहनाची राख प्राप्त झाली आणि त्यांनी त्या राखेवर स्तूप उभारला. तसेच दोण ब्राह्मणाने अस्थी ठेवलेला कलश स्वतःकडे जतन केला आणि त्यावरही स्वतंत्र स्तूपाची निर्मिती करण्यात आली. अशा प्रकारे बुद्धांच्या स्मृतींशी संबंधित एकूण दहा महत्त्वपूर्ण स्मारकांची निर्मिती झाल्याचे बौद्ध परंपरेत वर्णन आढळते.

स्तूप बांधण्यामागील उद्देश

बौद्ध धर्मात स्तूपांना अत्यंत महत्त्वाचे स्थान आहे. स्तूपांची निर्मिती केवळ अवशेष जतन करण्यासाठी केली जात नव्हती, तर त्यामागे आध्यात्मिक आणि सांस्कृतिक उद्देशही होते. बुद्धांच्या स्मृती चिरंतन जतन करणे, ध्यान आणि पूजेसाठी पवित्र स्थळ निर्माण करणे, तसेच धम्माचा प्रसार करणे हे स्तूपनिर्मितीमागील प्रमुख हेतू होते.

नंतर सम्राट अशोक सम्राटाने या स्तूपांमधील अवशेष पुन्हा उघडून भारतभर अनेक नवीन स्तूपांमध्ये त्यांचे पुनर्वितरण केले, असे बौद्ध ग्रंथांमध्ये वर्णन

आढळते. अशोकाच्या काळात स्तूप परंपरेचा व्यापक विस्तार झाला आणि बौद्ध धर्म भारताबाहेरही दूरवर पोहोचला.

या प्रसंगाचे तत्वज्ञानात्मक महत्त्व

बुद्धांच्या अंतिम संस्काराचा हा प्रसंग केवळ ऐतिहासिक घटना नसून बौद्ध तत्त्वज्ञानाचा गाभा स्पष्ट करणारा आहे. या घटनेतून जीवनाचे अनित्य स्वरूप अधोरेखित होते. शरीर नश्वर आहे, परंतु धम्म आणि सत्य चिरंतन आहे, हा संदेश या प्रसंगातून प्रकट होतो. गुरु व्यक्तिशः निघून जातात, पण त्यांनी दाखविलेला मार्ग सदैव जिवंत राहतो.

गौतम बुद्धयांनी स्वतःला कधीही देव मानले नाही. त्यांनी स्वतःला केवळ मार्गदर्शक मानले आणि मानवाला आत्मप्रकाशाचा मार्ग दाखविला. ***"अत्त दीपो भव"*** – अर्थात "स्वतःच स्वतःचा दीप बना" – हा त्यांचा संदेश आत्मजागृती, स्वावलंबन आणि आत्मप्रयत्न यांचे महत्त्व अधोरेखित करतो.

अमर धम्माची परंपरा

बुद्धांचे शरीर कालांतराने नष्ट झाले, परंतु त्यांचा धम्म आजही जिवंत आहे. करुणा, प्रज्ञा, अहिंसा आणि जागरूकतेवर आधारित त्यांची शिकवण आजही जगभरातील लाखो लोकांना प्रेरणा, शांती आणि जीवनदिशा प्रदान करीत आहे. त्यामुळे बुद्धांच्या अंतिम संस्काराची ही कथा केवळ एका महान व्यक्तीच्या अंताची कथा नसून, ती अमर विचारांची, शाश्वत धम्माची आणि मानवतेला प्रकाश देणाऱ्या आध्यात्मिक परंपरेची कथा आहे.

✨"स्तूपांनी बुद्धांच्या स्मृती जपल्या, तर धम्माने त्यांच्या विचारांना अमरत्व दिले."

४ बौद्ध धर्म : उदय, विस्तार आणि परिवर्तन

बौद्ध धर्माचा उगम (Evolution of Buddhism)

बौद्ध धर्माचा उगम इ.स.पूर्व सहाव्या शतकात भारतात झाला. त्या काळातील समाजव्यवस्थेत अनेक सामाजिक आणि धार्मिक समस्या निर्माण झाल्या होत्या. धर्माच्या नावाखाली जास्त कर्मकांड वाढले होते, यज्ञ-यागांमध्ये प्राण्यांची हत्या केली जात होती आणि ब्राह्मणवादाचे वर्चस्व प्रबळ झाले होते. समाजात जातीभेद तीव्र होता. खालच्या जातीतील लोकांना समान मान-सन्मान मिळत नव्हता. त्यामुळे सामान्य माणूस दुःखी, गोंधळलेला आणि असुरक्षित झाला होता. धर्म हा लोकांच्या कल्याणासाठी नसून केवळ काही मोजक्या लोकांच्या फायद्यासाठी वापरला जात असल्याची भावना निर्माण झाली होती.

अशा परिस्थितीत गौतम बुद्धयांनी मध्यम मार्ग, अहिंसा, करुणा, समता आणि मानवतावाद यांचा संदेश दिला. त्यांनी लोकांना अंधश्रद्धा आणि अवाजवी कर्मकांडांपासून दूर राहण्याचे सांगितले. बुद्धांनी दुःखाचे कारण शोधून त्यावर उपाय सांगितला. त्यांच्या शिकवणीत साधेपणा आणि व्यवहारिकता होती. त्यामुळे सामान्य लोकांना त्यांचा धर्म सहज समजला आणि बौद्ध धर्म वेगाने लोकांमध्ये पसरला.

बौद्ध धर्म निर्माण होण्यामागे अनेक कारणे होती. सर्वप्रथम, लोकांना जटिल वेदिक विधी आणि कर्मकांडांचा कंटाळा आला होता. हे विधी खर्चिक आणि सर्वसामान्यांना परवडणारे नव्हते. दुसरे म्हणजे, जातीव्यवस्थेमुळे समाजात मोठी विषमता निर्माण झाली होती. खालच्या जातीतील लोकांना अपमान आणि अन्याय सहन करावा लागत होता. बुद्धांनी सर्व माणसे समान आहेत, असा संदेश दिला.

तसेच, यज्ञांमध्ये होणाऱ्या प्राण्यांच्या बळीला अनेक लोकांचा विरोध होता. बुद्धांनी अहिंसेचा मार्ग स्वीकारून सर्व जीवांबद्दल करुणा बाळगण्याची

शिकवण दिली. त्यांच्या तत्त्वज्ञानात साधेपणा होता. त्यांनी लोकांना स्वतः विचार करण्यास आणि सत्य शोधण्यास प्रोत्साहन दिले. **"माणूस दुःखी का आहे ? "** या महत्त्वाच्या प्रश्नाचे उत्तर शोधण्याचा प्रयत्न बुद्धांनी केला आणि दुःखमुक्तीचा मार्ग सांगितला. यामुळे बौद्ध धर्म सामान्य लोकांसाठी आशेचा आणि परिवर्तनाचा मार्ग ठरला.

बौद्ध धर्माचा प्रसार

गौतम बुद्धयांनी इ.स.पूर्व सहाव्या शतकात भारतात बौद्ध धर्माची स्थापना केली. मानवी जीवनातील दुःख, त्यामागील कारणे आणि त्यातून मुक्त होण्याचा मार्ग यांचे त्यांनी सखोल विश्लेषण केले. अहिंसा, करुणा, समता, मध्यममार्ग आणि नैतिक जीवन यांवर आधारित त्यांचे तत्त्वज्ञान सामान्य लोकांना अत्यंत जवळचे वाटले. त्यामुळे अल्पावधीतच बौद्ध धर्माचा प्रभाव वाढू लागला. बौद्ध धर्माचा प्रसार हा मानव इतिहासातील सर्वांत शांततामय आणि प्रभावी धार्मिक प्रसारांपैकी एक मानला जातो. हा प्रसार केवळ धार्मिक स्वरूपाचा नव्हता, तर सामाजिक, सांस्कृतिक, शैक्षणिक आणि राजकीय परिवर्तनाशीही संबंधित होता.

प्रारंभीचा धर्मप्रचार

ज्ञानप्राप्तीनंतर गौतम बुद्धयांनी आपल्या धम्मप्रचाराची सुरुवात सारनाथ येथे केली. येथे त्यांनी पंचवर्गीय भिक्षूंना "**धर्मचक्रप्रवर्तन**" हा पहिला उपदेश दिला. बुद्धांनी लोकांना चार आर्यसत्ये, अष्टांगिक मार्ग आणि मध्यममार्गाची शिकवण दिली. त्यांनी यज्ञकर्म, अंधश्रद्धा आणि जातिभेदापेक्षा नैतिकता, विवेक आणि करुणेला अधिक महत्त्व दिले.

बुद्धांच्या उपदेशांचे एक महत्त्वाचे वैशिष्ट्य म्हणजे त्यांनी संस्कृतऐवजी पाली आणि प्राकृतसारख्या लोकभाषांचा वापर केला. त्यामुळे सामान्य जनतेलाही त्यांची शिकवण सहज समजू लागली. बुद्ध स्वतः विविध प्रदेशांत फिरून लोकांना उपदेश देत असत. राजगीर, वैशाली, श्रावस्ती, सारनाथ आणि कुशीनगर ही बौद्ध धर्माची प्रमुख केंद्रे बनली.

बौद्ध संघ आणि महापरिनिर्वाणानंतरचा प्रसार

बुद्धांनी भिक्खू संघाची स्थापना करून धर्मप्रसाराचे कार्य अधिक संघटित केले. भिक्खू आणि भिक्खुणी गावोगावी जाऊन लोकांना धम्माचे उपदेश देत असत. ते संवाद, प्रवचन आणि प्रत्यक्ष उदाहरणांच्या माध्यमातून लोकांमध्ये नैतिक जीवनाची जाणीव निर्माण करीत.

बुद्धांच्या महापरिनिर्वाणानंतर त्यांच्या शिष्यांनी धर्मप्रसाराचे कार्य अधिक व्यापक केले. विविध बौद्ध संगीतींमधून बुद्धांच्या शिकवणींचे संकलन करण्यात आले. याच प्रक्रियेत त्रिपिटक या बौद्ध धर्मग्रंथांची निर्मिती झाली. विनयपिटक, सुत्तपिटक आणि अभिधम्मपिटक या ग्रंथांमध्ये बुद्धांचे उपदेश, संघाचे नियम आणि बौद्ध तत्त्वज्ञान यांचे सविस्तर वर्णन आढळते. या साहित्यामुळे बौद्ध धर्माची शिकवण पिढ्यान्पिढ्या जतन झाली आणि दूरवर पोहोचली.

सम्राट अशोक आणि बौद्ध धर्माचा सुवर्णकाळ

बौद्ध धर्माच्या प्रसारात सम्राट अशोक यांचे योगदान अत्यंत महत्त्वपूर्ण मानले जाते. इ.स.पूर्व तिसऱ्या शतकात झालेल्या कलिंग युद्धानंतर अशोकाने हिंसेचा त्याग करून बौद्ध धर्म स्वीकारला. युद्धातील विनाश पाहून त्याच्या मनात करुणा आणि अहिंसेची भावना जागृत झाली. त्यानंतर त्याने "धम्म" या नैतिक जीवनतत्त्वाचा प्रचार करण्यास सुरुवात केली.

अशोकाने आपल्या साम्राज्यात शिलालेख, स्तंभ आणि धर्मदूतांच्या माध्यमातून बौद्ध धर्माचा प्रसार केला. त्याचे शिलालेख प्राकृत आणि पाली भाषांमध्ये लिहिलेले होते, त्यामुळे सामान्य जनतेलाही ते सहज समजू शकत होते. या शिलालेखांमध्ये अहिंसा, सत्य, दया, सहिष्णुता आणि सर्व धर्मांबद्दल आदर यांचा संदेश देण्यात आला होता.

सारनाथ येथील सिंहस्तंभ पुढे भारताच्या राष्ट्रीय चिन्हाचा आधार बनला. तसेच गिरनार, धौली आणि लुंबिनी येथील शिलालेखांमधून अशोकाच्या धम्मनीतीची माहिती मिळते.

अशोकाने भारताबरोबरच परदेशातही धर्मदूत पाठविले. त्याचा पुत्र महेंद्र आणि कन्या संघमित्रा यांनी श्रीलंका येथे बौद्ध धर्माचा प्रसार केला. त्यांच्या प्रयत्नांमुळे श्रीलंकेत थेरवाद बौद्ध धर्म दृढपणे रुजला.

वास्तुकला आणि शिक्षणकेंद्रांची भूमिका

बौद्ध धर्माच्या प्रसारात स्तूप, विहार, मठ आणि विद्यापीठांची मोठी भूमिका होती. स्तूप हे बुद्ध किंवा त्यांच्या प्रमुख शिष्यांच्या अवशेषांवर उभारलेले पवित्र स्मारक होते. ते श्रद्धा, पूजा आणि यात्रेची महत्त्वाची केंद्रे बनली. सांची स्तूप हे बौद्ध वास्तुकलेचे उत्कृष्ट उदाहरण मानले जाते.

विहार आणि मठ हे भिक्खूंचे निवासस्थान तसेच धर्मशिक्षणाची केंद्रे होती. येथे ध्यान, साधना आणि बौद्ध तत्त्वज्ञानाचे शिक्षण दिले जात असे. सामान्य लोकांनाही येथे प्रवचन आणि नैतिक उपदेश मिळत असत.

पुढे नालंदा विद्यापीठ आणि विक्रमशिला यांसारखी विद्यापीठे आंतरराष्ट्रीय शिक्षणकेंद्रे बनली. भारतासह चीन, तिबेट, कोरिया आणि श्रीलंका येथील विद्यार्थी येथे शिक्षणासाठी येत असत. धर्म, तत्त्वज्ञान, वैद्यक, व्याकरण आणि तर्कशास्त्र यांसारख्या विषयांचे अध्ययन येथे केले जात असे. त्यामुळे बौद्ध धर्माला जागतिक बौद्धिक प्रतिष्ठा प्राप्त झाली.

व्यापारमार्ग आणि परदेशातील प्रसार

व्यापारी आणि प्रवासी यांच्या माध्यमातून बौद्ध धर्म दूरदूरच्या प्रदेशांत पोहोचला. विशेषतः “सिल्क रूट” या व्यापारमार्गामुळे बौद्ध धर्म मध्य आशिया आणि चीन मध्ये पसरला. व्यापाऱ्यांनी धर्मदूतांना प्रवासासाठी मदत केली आणि विहारांना आर्थिक सहाय्य पुरविले.

इ.स.च्या पहिल्या शतकात बौद्ध धर्म चीनमध्ये पोहोचल्यानंतर तेथून तो कोरिया, जपान आणि व्हिएतनाममध्ये प्रसारित झाला. या प्रदेशांत महायान बौद्ध परंपरेचा विकास झाला. पुढे अनेक बौद्ध मंदिरे, मठ आणि विद्यापीठे उभारली गेली.

इ.स.च्या सातव्या शतकात बौद्ध धर्म तिबेट मध्ये पोहोचला. येथे वज्रयान परंपरेचा विकास झाला. पद्मसंभव यांसारख्या आचार्यांनी तिबेटमध्ये बौद्ध धर्म दृढ करण्यासाठी महत्त्वपूर्ण कार्य केले. तिबेटी संस्कृती, कला आणि धार्मिक जीवनावर बौद्ध धर्माचा दीर्घकालीन प्रभाव पडला.
तसेच Thailand, म्यानमार, Cambodia आणि Laos या दक्षिण-पूर्व आशियाई देशांमध्ये थेरवाद बौद्ध धर्म प्रभावीपणे पसरला.

निष्कर्ष

बौद्ध धर्माचा प्रसार हा केवळ एका धर्माचा विस्तार नव्हता, तर तो शांतता, करुणा, समता आणि मानवतेच्या मूल्यांचा जागतिक प्रसार होता. बुद्धांचे साधे आणि विवेकी तत्त्वज्ञान, भिक्खू संघांचे अथक कार्य, सम्राट अशोकाचा राजाश्रय, बौद्ध साहित्य, वास्तुकला, शिक्षणकेंद्रे आणि व्यापारमार्ग यांच्या संयुक्त प्रभावामुळे बौद्ध धर्म भारतापुरता मर्यादित न राहता संपूर्ण आशिया आणि जगभर पसरला. विविध देशांनी आपल्या संस्कृतीनुसार बौद्ध धर्माचे स्वरूप स्वीकारले, तरी बुद्धांच्या मूलभूत शिकवणी आजही तितक्याच प्रभावी आणि प्रेरणादायी मानल्या जातात.

"बौद्ध धर्माचा प्रसार हा तलवारीच्या बळावर नव्हे, तर विचार, करुणा आणि नैतिकतेच्या सामर्थ्यावर घडलेला मानव इतिहासातील एक अद्वितीय अध्याय आहे."

भारतातील बौद्ध धर्माचा ऱ्हास

गौतम बुद्धयांनी इ.स.पूर्व सहाव्या शतकात स्थापन केलेला बौद्ध धर्म पुढे भारतभर आणि आशियातील अनेक देशांमध्ये व्यापकपणे पसरला. विशेषतः सम्राट अशोक यांच्या काळात बौद्ध धर्माला मोठा राजाश्रय मिळाला आणि तो भारतीय उपखंडातील एक प्रभावी धार्मिक व सांस्कृतिक शक्ती बनला. तथापि, इ.स.च्या सातव्या ते बाराव्या शतकादरम्यान भारतात बौद्ध धर्माचा हळूहळू ऱ्हास होऊ लागला. हा ऱ्हास कोणत्याही एका कारणामुळे झाला नाही, तर राजकीय, सामाजिक, धार्मिक आणि परकीय आक्रमणांच्या संयुक्त परिणामामुळे बौद्ध धर्माची भारतातील स्थिती कमकुवत होत गेली.

राजाश्रयाचा अभाव

बौद्ध धर्माच्या ऱ्हासामागील एक प्रमुख कारण म्हणजे त्याला मिळणारा राजाश्रय कमी होणे. मौर्य आणि कुषाण राजवंशांच्या काळात बौद्ध धर्माला मोठे संरक्षण आणि प्रोत्साहन मिळाले होते. अनेक स्तूप, विहार आणि विद्यापीठांची निर्मिती करण्यात आली होती. परंतु पुढे गुप्तकालात बहुतेक राजे वैदिक आणि ब्राह्मण धर्माचे समर्थक बनले. त्यामुळे बौद्ध संस्थांना मिळणारी आर्थिक मदत आणि राजकीय संरक्षण हळूहळू कमी झाले. राजाश्रय कमी झाल्यामुळे बौद्ध मठ आणि शिक्षणकेंद्रांची स्थिती दुर्बल होऊ लागली.

ब्राह्मण धर्माचे पुनरुत्थान

गुप्तकालानंतर हिंदू धर्मामध्ये नवचैतन्य निर्माण झाले. वेद, उपनिषदे, पुराणे आणि भक्ती चळवळीमुळे हिंदू धर्म अधिक लोकाभिमुख बनला. भक्तीमार्गामुळे सामान्य लोकांचा धार्मिक सहभाग वाढला. या काळात बुद्धांना विष्णूचा अवतार मानण्याची संकल्पना देखील प्रचलित झाली. त्यामुळे बौद्ध धर्माची स्वतंत्र ओळख हळूहळू कमी होऊ लागली.

याशिवाय, हिंदू धर्माने अहिंसा, करुणा आणि नैतिकता यांसारखी अनेक बौद्ध तत्त्वे आत्मसात केली. परिणामी, सामान्य जनतेला बौद्ध धर्म आणि हिंदू

धर्म यांतील फरक कमी जाणवू लागला. या प्रक्रियेमुळे बौद्ध धर्माचे स्वतंत्र अस्तित्व कमकुवत झाले.

संघातील शिथिलता आणि अंतर्गत कमजोरी

प्रारंभीचा बौद्ध संघ अत्यंत शिस्तबद्ध, साधेपणावर आधारित आणि जनसामान्यांशी जवळीक राखणारा होता. परंतु कालांतराने काही बौद्ध मठांमध्ये शिस्तीचा अभाव निर्माण झाला. अनेक ठिकाणी ऐश्वर्य, संपत्ती आणि आरामदायी जीवनशैली वाढू लागली. त्यामुळे भिक्खू संघ आणि सामान्य जनता यांच्यामध्ये दुरावा निर्माण झाला.

बौद्ध धर्माचा मूळ उद्देश साधेपणा आणि आत्मशुद्धी हा असला तरी काही मठ अधिक संस्थात्मक आणि संपन्न बनले. यामुळे धर्माचा जनसामान्यांशी असलेला प्रत्यक्ष संपर्क कमी होत गेला आणि लोकांचा त्याच्यावरील विश्वास हळूहळू घटू लागला.

बौद्ध पंथांतील विभागणी

बौद्ध धर्माच्या विकासासोबतच त्यामध्ये विविध पंथ निर्माण झाले. हीनयान, महायान आणि वज्रयान या प्रमुख शाखांमध्ये तत्त्वज्ञान, पूजा-पद्धती आणि साधनापद्धतींमध्ये मतभेद निर्माण झाले. महायान परंपरेत बुद्धपूजा आणि बोधिसत्त्व संकल्पना अधिक महत्त्वाची बनली, तर वज्रयानात तांत्रिक विधींचा प्रभाव वाढला.

या अंतर्गत विभागणीमुळे बौद्ध धर्माची एकसंधता कमी झाली. विविध पंथांतील मतभेदांमुळे संघटनात्मक शक्ती दुर्बल झाली आणि धर्माच्या व्यापक प्रसारावरही त्याचा परिणाम झाला.

जनसामान्यांपासून वाढलेला दुरावा

प्रारंभी बौद्ध धर्म लोकांशी थेट संवाद साधणारा आणि व्यवहार्य जीवनाशी निगडित होता. तथापि, पुढील काळात तो अधिक मठकेंद्रित बनला. धार्मिक आणि तत्वज्ञानात्मक चर्चा प्रामुख्याने विहार आणि विद्यापीठांपुरती

मर्यादित राहू लागली. त्यामुळे सामान्य गृहस्थांचा धार्मिक सहभाग कमी झाला. याशिवाय, बौद्ध धर्मातील अनेक तत्त्वचर्चा सामान्य लोकांना गुंतागुंतीच्या वाटू लागल्या. परिणामी, जनतेचा कल पुन्हा लोकाभिमुख धार्मिक परंपरांकडे वळू लागला.

भाषेतील बदल

बौद्ध धर्माच्या प्रारंभीच्या काळात पाली आणि प्राकृतसारख्या लोकभाषांचा वापर केला जात होता. त्यामुळे बुद्धांचे उपदेश सामान्य लोकांपर्यंत सहज पोहोचले. परंतु महायान परंपरेच्या प्रभावाखाली पुढे संस्कृत भाषेचा वापर वाढला. संस्कृत ही विद्वानांची भाषा मानली जात असल्यामुळे सामान्य जनतेसाठी ती तुलनेने कठीण ठरली.

भाषेतील या बदलामुळे बौद्ध धर्माचा लोकांशी असलेला थेट संपर्क कमी झाला आणि त्याची लोकप्रियता घटू लागली.

परकीय आक्रमणे आणि विद्यापीठांचा विनाश

भारतामधील बौद्ध धर्माच्या ऱ्हासामागे परकीय आक्रमणांचाही मोठा वाटा होता. हूण राजा मिहिरकुल याने अनेक बौद्ध विहार आणि मठ उद्ध्वस्त केल्याचे उल्लेख आढळतात. पुढे तुर्क आक्रमणांच्या काळात बौद्ध धर्माला मोठा धक्का बसला.

विशेषतः **बख्तियार खिलजीयाने** नालंदा विद्यापीठ आणि विक्रमशिला यांसारखी प्रसिद्ध बौद्ध विद्यापीठे नष्ट केली. या विद्यापीठांमध्ये हजारो विद्यार्थी आणि भिक्खू अध्ययन करत होते. त्यांचा विनाश झाल्यामुळे बौद्ध शिक्षणव्यवस्था आणि संस्थात्मक आधार मोठ्या प्रमाणावर कोलमडला.

निष्कर्ष :- भारतामधील बौद्ध धर्माचा ऱ्हास हा दीर्घकालीन आणि बहुआयामी प्रक्रिया होती. राजाश्रयाचा अभाव, ब्राह्मण धर्माचे पुनरुत्थान, संघातील शिथिलता, पंथांतील मतभेद, जनतेपासून वाढलेला दुरावा, भाषेतील

बदल आणि परकीय आक्रमणे या सर्व कारणांनी बौद्ध धर्माची भारतातील स्थिती कमकुवत झाली. बाराव्या शतकाच्या अखेरीस भारतात बौद्ध धर्म जवळपास लुप्त झाल्यासारखी परिस्थिती निर्माण झाली.

तथापि, भारतात त्याचा ऱ्हास झाला असला तरी श्रीलंका, चीन, जपान, तिबेट आणि म्यानमार यांसारख्या देशांमध्ये बौद्ध धर्म आजही प्रभावीपणे अस्तित्वात आहे. करुणा, अहिंसा, समता आणि जागरूकता यांवर आधारित बुद्धांचे तत्त्वज्ञान आजही संपूर्ण मानवजातीसाठी प्रेरणादायी मानले जाते.

५ बौद्ध परिषदा

भगवान गौतम बुद्ध यांच्या महापरिनिर्वाणानंतर त्यांच्या शिकवणीचे जतन करणे, संघातील शिस्त टिकवणे, मतभेद दूर करणे आणि धम्माचा प्रसार करणे या उद्देशाने विविध काळात बौद्ध परिषदांचे आयोजन करण्यात आले. या परिषदांमुळे बौद्ध धर्म अधिक संघटित स्वरूपात विकसित झाला. धम्म, विनय आणि बौद्ध ग्रंथांचे संकलन, संपादन आणि पुनर्व्यवस्था यांमुळे बौद्ध धर्म जगभर पोहोचण्यास मदत झाली.

१) पहिली बौद्ध परिषद – राजगृह (इ.स.पूर्व ४८३)

भगवान बुद्धांच्या महापरिनिर्वाणानंतर संघात अनेक प्रश्न निर्माण झाले. बुद्धांनी दिलेले उपदेश आणि भिक्षूंना सांगितलेले नियम योग्य स्वरूपात जतन करणे आवश्यक झाले होते. या पार्श्वभूमीवर राजगृह येथे पहिली बौद्ध परिषद आयोजित करण्यात आली. ही परिषद महाकश्यप यांच्या नेतृत्वाखाली आणि अजातशत्रु यांच्या काळात झाली.

या परिषदेत महाकश्यपांनी सर्व भिक्षूंना एकत्र करून बुद्धांचे उपदेश आणि विनय नियमांचे संकलन केले. बुद्धांचे निकटवर्ती शिष्य आनंद यांनी धम्माचे वर्णन केले, तर उपाली यांनी विनय नियम सांगितले. याच परिषदेत त्रिपिटकाचा पाया रचला गेला. विनय पिटक, सुत्त पिटक आणि अभिधम्म पिटक या ग्रंथपरंपरेची सुरुवात याच काळात झाली.

ही परिषद बौद्ध धर्माच्या संघटित परंपरेची सुरुवात मानली जाते. बुद्धवचनांचे संरक्षण करून धर्माची शुद्धता टिकवण्याचा महत्त्वपूर्ण प्रयत्न या परिषदेत करण्यात आला.

२) दुसरी बौद्ध परिषद – वैशाली (इ.स.पूर्व ३८३)

पहिल्या परिषदेनंतर काही भिक्षूंनी विनय नियमांमध्ये शिथिलता आणण्यास सुरुवात केली. दुपारनंतर भोजन करणे, सोन्या-चांदीचा स्वीकार करणे अशा काही प्रथांवरून संघात मतभेद निर्माण झाले. या वादांमुळे वैशाली येथे दुसरी

बौद्ध परिषद आयोजित करण्यात आली. ही परिषद सब्बकामी यांच्या नेतृत्वाखाली आणि कालाशोक यांच्या काळात झाली.

परिषदेत भिक्षूंच्या आचारसंहितेवर सखोल चर्चा करण्यात आली. पारंपरिक नियमांचे पालन करणाऱ्या भिक्षूंनी नव्या प्रथांना विरोध केला. अखेरीस विनय नियमांचे कठोर पालन करण्याचा निर्णय घेण्यात आला. तथापि, मतभेद अधिक स्पष्ट झाले आणि पुढे बौद्ध धर्मात विभाजन होण्याची प्रक्रिया सुरू झाली.

या परिषदेमुळे संघातील शिस्त आणि नियमांचे महत्त्व अधोरेखित झाले. तसेच बौद्ध धर्मात विविध विचारप्रवाह उदयास येण्याची सुरुवात याच काळात झाली.

३) तिसरी बौद्ध परिषद – पाटलिपुत्र (इ.स.पूर्व २५०)

सम्राट सम्राट अशोक यांच्या काळात बौद्ध धर्माचा मोठ्या प्रमाणावर प्रसार झाला. विविध प्रदेशांतील वेगवेगळ्या मतप्रवाहांमुळे संघात पुन्हा मतभेद वाढू लागले. या परिस्थितीत पाटलिपुत्र येथे तिसरी बौद्ध परिषद आयोजित करण्यात आली. या परिषदेचे नेतृत्व मोग्गलिपुत्त तिस्स यांनी केले.

या परिषदेत संघातील चुकीच्या आणि अप्रामाणिक मतांचे परीक्षण करण्यात आले. बौद्ध ग्रंथांचे पुनरावलोकन करून संघाला अधिक शिस्तबद्ध स्वरूप देण्याचा प्रयत्न झाला. तसेच धम्मप्रचारासाठी विविध देशांमध्ये भिक्षूंना पाठवण्यात आले. यामुळे बौद्ध धर्माचा आंतरराष्ट्रीय स्तरावर प्रसार सुरु झाला.

या परिषदेमुळे बौद्ध धर्म भारतापुरता मर्यादित न राहता श्रीलंका, मध्य आशिया आणि इतर प्रदेशांत पोहोचला. सम्राट अशोकांच्या प्रयत्नांमुळे बौद्ध धर्म जागतिक पातळीवर प्रसिद्ध झाला.

४) चौथी बौद्ध परिषद – काश्मीर (इ.स. १ले-२रे शतक)

बौद्ध धर्म भारताबाहेर चीन आणि मध्य आशियात वेगाने प्रसारित होत होता. त्यामुळे बौद्ध ग्रंथांचे भाषांतर करणे आणि बौद्ध तत्वज्ञान अधिक स्पष्टपणे मांडणे आवश्यक बनले. या उद्देशाने सम्राट कनिष्क यांच्या काळात काश्मीरमधील कुंडलवन येथे चौथी बौद्ध परिषद आयोजित करण्यात आली.

या परिषदेचे अध्यक्ष वसुमित्र होते, तर अश्वघोष उपाध्यक्ष होते. वसुमित्र, अश्वघोष यांसारख्या विद्वानांनी या परिषदेत महत्त्वपूर्ण भूमिका बजावून बौद्ध धर्माच्या तत्वज्ञानाच्या प्रसाराला मोठे योगदान दिले.

या परिषदेत बौद्ध ग्रंथांचे संपादन आणि स्पष्टीकरण करण्यात आले. संस्कृत भाषेचा वापर वाढला आणि महायान बौद्ध विचारांना अधिक बळ मिळाले.

या परिषदेमुळे चीन, कोरिया आणि जपानमध्ये बौद्ध धर्माच्या प्रसारासाठी मजबूत पाया तयार झाला. बौद्ध धर्माचा सांस्कृतिक आणि तत्वज्ञानात्मक विस्तार या परिषदेमुळे अधिक व्यापक झाला.

५) पाचवी बौद्ध परिषद – म्यानमार (१८७१)

काळानुसार बौद्ध ग्रंथांचे अचूक जतन करणे आवश्यक बनले होते. या उद्देशाने म्यानमारमध्ये पाचवी बौद्ध परिषद आयोजित करण्यात आली. ही परिषद राजा मिंडॉन यांच्या आश्रयाखाली पार पडली.

या परिषदेत संपूर्ण त्रिपिटक संगमरवरी शिलालेखांवर कोरण्यात आले. तसेच बौद्ध ग्रंथांचे पुनर्परीक्षण करून त्यांचे प्रमाणित स्वरूप निश्चित करण्यात आले. आजही हे शिलालेख बौद्ध साहित्याच्या जतनाचे अद्वितीय उदाहरण मानले जातात. बौद्ध धर्माच्या ऐतिहासिक वारशाचे संरक्षण करण्यासाठी ही परिषद अत्यंत महत्त्वाची ठरली.

६) सहावी बौद्ध परिषद – म्यानमार (१९५४-१९५६)

आधुनिक काळात बौद्ध धर्माचे पुनरुज्जीवन आणि जागतिक स्तरावर प्रसार करण्याची आवश्यकता निर्माण झाली. या पार्श्वभूमीवर म्यानमार येथे सहावी बौद्ध परिषद आयोजित करण्यात आली. विविध बौद्ध देशांतील विद्वान भिक्षूंनी या परिषदेत सहभाग घेतला.

या परिषदेत त्रिपिटकाचे पुनःसंपादन करण्यात आले आणि प्रमाणित आवृत्ती तयार करण्यात आली. आधुनिक छपाई तंत्रज्ञान, शिक्षण व्यवस्था आणि संशोधनाच्या माध्यमातून बौद्ध धर्माचा प्रसार अधिक प्रभावीपणे करण्यात आला.

या परिषदेमुळे बौद्ध धर्म आधुनिक, संशोधनाधारित आणि जागतिक स्वरूपात अधिक दृढ झाला. आजही या परिषदेचा प्रभाव आधुनिक बौद्ध अभ्यासात दिसून येतो.

✨ *"विविध बौद्ध परिषदांमुळे बुद्धांची शिकवण काळानुरूप जतन झाली आणि मानवतेपर्यंत अधिक व्यापकपणे पोहोचली."*

६ बौद्ध धर्माचे पंथ (Divisions)

बौद्ध धर्म कालांतराने विविध पंथांमध्ये विभागला गेला. प्रत्येक पंथाने बुद्धांच्या शिकवणीचा वेगवेगळ्या प्रकारे स्वीकार केला आणि त्यानुसार स्वतंत्र परंपरा विकसित झाल्या. या पंथांमध्ये थेरवाद, महायान, वज्रयान आणि नवयान हे प्रमुख पंथ मानले जातात. त्यांच्या तत्त्वज्ञानात, साधना पद्धतीत आणि सामाजिक दृष्टिकोनात काही महत्त्वाचे फरक दिसून येतात.

१) हीनयान / थेरवाद (Theravāda)

थेरवाद हा बौद्ध धर्मातील सर्वात प्राचीन पंथ मानला जातो. या पंथात गौतम बुद्धयांना देव नसून महान गुरु आणि मार्गदर्शक मानले जाते. त्यामुळे येथे मूर्तीपूजेला फारसे महत्त्व नसते किंवा ती मर्यादित स्वरूपात आढळते. थेरवाद पंथाची शिकवण मुख्यतः पालि त्रिपिटकावर आधारित आहे. या पंथात भिक्षुसंघ, शिस्तबद्ध जीवन आणि व्यक्तिगत निर्वाण प्राप्तीवर भर दिला जातो. साधेपणा, संयम आणि आत्मशुद्धी यांना विशेष महत्त्व दिले जाते.

हा पंथ प्रामुख्याने श्रीलंका, म्यानमार (बर्मा), थायलंड, कंबोडिया आणि लाओस या देशांमध्ये प्रचलित आहे. भारतामध्ये महाराष्ट्रात नवयानासोबत काही प्रमाणात त्याचा प्रभाव दिसतो, तसेच लडाख आणि सिक्कीममध्येही मर्यादित स्वरूपात हा पंथ आढळतो.

२) महायान (Mahāyāna)

महायान पंथामध्ये बुद्धांना देवतुल्य मानले जाते आणि त्यांची भक्तिभावाने पूजा केली जाते. या पंथाची सर्वात महत्त्वाची संकल्पना म्हणजे "**बोधिसत्त्व**". बोधिसत्त्व म्हणजे स्वतः निर्वाण न घेता सर्व जीवांच्या कल्याणासाठी कार्य करणारी व्यक्ती. त्यामुळे या पंथात करुणा, लोककल्याण आणि समाजसेवा यांना विशेष महत्त्व दिले जाते. महायान पंथात मूर्तीपूजा, स्तूपपूजा आणि धार्मिक विधी अधिक प्रमाणात प्रचलित आहेत. बुद्धांच्या विविध प्रतिमा आणि बोधिसत्त्वांच्या मूर्ती येथे पूजल्या जातात.

हा पंथ चीन, जपान, कोरिया, व्हिएतनाम आणि तैवान या देशांमध्ये मोठ्या प्रमाणात आढळतो. भारतामध्ये हिमाचल प्रदेश आणि अरुणाचल प्रदेशातील काही भागांमध्ये तसेच काही ऐतिहासिक बौद्ध मठांमध्ये महायान परंपरेचा प्रभाव दिसून येतो.

३) वज्रयान / तंत्रयान (Vajrayāna)

वज्रयान पंथ हा महायान बौद्ध धर्माचा पुढील विकसित प्रकार मानला जातो, ज्यामध्ये मंत्र, तंत्र, मुद्रा, योग आणि मंडल यांसारख्या तांत्रिक साधनांचा उपयोग साधनेसाठी केला जातो. या पंथात गुरु किंवा लामा परंपरेला अत्यंत महत्त्व असून, गुरुच्या मार्गदर्शनाखाली साधना केल्यास जलद मोक्ष प्राप्त होऊ शकतो, अशी श्रद्धा आहे.

वज्रयान परंपरेत ध्यान, तांत्रिक साधना आणि गूढ धार्मिक विधींना विशेष स्थान दिले जाते, तसेच गुरु-शिष्य परंपरा आणि दलाई लामा यांना उच्च मान्यता आहे. हा पंथ प्रामुख्याने तिबेट, भूतान, मंगोलिया आणि नेपाळच्या हिमालयीन प्रदेशांत प्रचलित आहे. भारतातही लडाख, सिक्कीम, अरुणाचल प्रदेशातील तवांग परिसर आणि हिमाचल प्रदेशातील धर्मशाळा येथे वज्रयान पंथाचा प्रभाव मोठ्या प्रमाणात दिसून येतो.

४) नवयान (Navayāna)

नवयान हा बौद्ध धर्माचा आधुनिक भारतीय पंथ मानला जातो. हा पंथ डॉ. बाबासाहेब आंबेडकर.यांनी प्रवर्तित केला. नवयानात सामाजिक समता, न्याय, बंधुत्व आणि मानवमुक्ती यांना सर्वाधिक महत्त्व दिले जाते. या पंथात कर्मकांड, अंधश्रद्धा आणि जातिभेदाला स्पष्टपणे नकार दिला जातो.

नवयानात बुद्धांचे तत्त्वज्ञान आधुनिक समाजाच्या समस्यांशी जोडून पाहिले जाते. शिक्षण, स्वाभिमान, सामाजिक परिवर्तन आणि मानवाधिकार यांवर भर दिला जातो. हा पंथ मुख्यतः भारतात प्रचलित असून महाराष्ट्र, मध्य प्रदेश, उत्तर प्रदेश, गुजरात आणि कर्नाटक या राज्यांमध्ये त्याचा मोठा प्रभाव दिसून येतो.

७ बौद्ध साहित्य

बौद्ध धर्मातील साहित्य अत्यंत समृद्ध आणि महत्त्वपूर्ण मानले जाते. Tripitaka हा बौद्ध धर्माचा मुख्य ग्रंथसंग्रह आहे. "त्रिपिटक" या शब्दाचा अर्थ "तीन पिटके" किंवा "तीन विभाग" असा होतो. या ग्रंथांमध्ये गौतम बुद्धयांच्या शिकवणी, भिक्षूंसाठीचे नियम आणि बौद्ध तत्त्वज्ञान यांचा सविस्तर संग्रह आढळतो. त्रिपिटक मूळतः पालि भाषेत लिहिले गेले असून बौद्ध धर्माच्या अभ्यासासाठी ते अत्यंत महत्त्वाचे मानले जातात.

त्रिपिटकाचा पहिला भाग म्हणजे विनय पिटक. या विभागात भिक्षू आणि भिक्षुणी यांच्या जीवनासाठी आवश्यक असलेले नियम, शिस्त आणि आचारसंहिता दिलेली आहे. संघातील शिस्त टिकवून ठेवणे, साधे जीवन जगणे आणि नैतिक आचरण राखणे यावर या पिटकात भर देण्यात आला आहे. बौद्ध संघाच्या व्यवस्थापनासाठी विनय पिटक अत्यंत महत्त्वाचा मानला जातो.

दुसरा भाग म्हणजे सुत्त पिटक. यात बुद्धांचे उपदेश, प्रवचने आणि विविध प्रसंगांतील संवादांचा समावेश आहे. दुःख, करुणा, अहिंसा, मध्यम मार्ग, अष्टांगिक मार्ग आणि नैतिक जीवन यांसारख्या विषयांवर बुद्धांनी दिलेले मार्गदर्शन येथे आढळते. सामान्य लोकांना समजेल अशा सोप्या भाषेत दिलेली ही शिकवण बौद्ध धर्माचा मुख्य आधार मानली जाते.

तिसरा भाग म्हणजे अभिधम्म पिटक. या विभागात बौद्ध तत्त्वज्ञान, मनोविज्ञान आणि धर्माच्या गहन विचारांचे विश्लेषण करण्यात आले आहे. मानवी मन, विचार, भावना, कर्म आणि वास्तवाचे स्वरूप यांचा सूक्ष्म अभ्यास या पिटकात आढळतो. त्यामुळे अभिधम्म पिटक हा बौद्ध धर्मातील तात्त्विक आणि बौद्धिक अभ्यासाचा महत्त्वाचा भाग मानला जातो.

८ बौद्ध तीर्थस्थळे

मानवजातीच्या इतिहासात काही स्थळे ही केवळ भौगोलिक क्षेत्रे राहत नाहीत, तर ती विचार, आध्यात्मिकता, परिवर्तन आणि सांस्कृतिक वारशाची प्रतीके बनतात. बौद्ध धर्मातील तीर्थस्थळे ही अशाच ऐतिहासिक आणि पवित्र स्थळांची उदाहरणे आहेत. गौतम बुद्धयांच्या जीवनातील महत्त्वाच्या घटनांशी संबंधित अनेक स्थळे आजही जगभरातील बौद्ध अनुयायांसाठी श्रद्धेची केंद्रे मानली जातात. या स्थळांमधून बुद्धांचे जीवन, त्यांची ज्ञानप्राप्ती, धर्मप्रचार आणि महापरिनिर्वाण यांची ऐतिहासिक परंपरा जिवंत राहिली आहे.

१) लुंबिनी – बुद्धांचे जन्मस्थळ

लुंबिनी हे भगवान बुद्धांचे जन्मस्थळ मानले जाते. प्राचीन काळात या प्रदेशाला "लुंबिनी वन" असे संबोधले जात असे. आज हे स्थळ नेपाळमधील रुपन्देही जिल्ह्यात स्थित असून जगभरातील बौद्ध श्रद्धाळूंसाठी अत्यंत पवित्र तीर्थक्षेत्र आहे.

बौद्ध परंपरेनुसार महाराणी महामाया यांनी येथेच सिद्धार्थ गौतम यांना जन्म दिला. सम्राट सम्राट अशोक यांनी इ.स.पूर्व तिसऱ्या शतकात लुंबिनीला भेट देऊन येथे अशोक स्तंभ उभारला. या स्तंभावरील ब्राह्मी लिपीतील शिलालेखात बुद्धांच्या जन्मस्थळाचा स्पष्ट उल्लेख आढळतो.

लुंबिनीतील **मायादेवी मंदिर** हे सर्वांत महत्त्वाचे धार्मिक स्थळ मानले जाते. येथे बुद्धांच्या जन्माशी संबंधित पुरातत्त्वीय अवशेष आणि "**जन्मचिन्ह दगड**" पाहायला मिळतो. पुष्करणी तलावालाही विशेष धार्मिक महत्त्व आहे. परंपरेनुसार महाराणी मायादेवी यांनी येथे स्नान केले होते. आज विविध देशांनी येथे उभारलेले बौद्ध मठ आणि विहारे जागतिक बौद्ध संस्कृतीचे दर्शन घडवतात. लुंबिनीचा समावेश UNESCO जागतिक वारसा स्थळांमध्ये करण्यात आला आहे.

२) बोधगया – ज्ञानप्राप्तीचे स्थळ

Bodh Gaya हे बुद्धांना ज्ञानप्राप्ती झालेले सर्वांत पवित्र बौद्ध तीर्थस्थान मानले जाते. प्राचीन काळात या प्रदेशाला **"उरुवेला"** असे म्हटले जात असे. बिहार राज्यातील गया जिल्ह्यात, फल्गु नदीच्या काठी हे पवित्र स्थळ वसलेले आहे.

याच ठिकाणी गौतम बुद्धयांनी बोधीवृक्षाखाली ध्यान करून "सम्यक संबोधी" म्हणजेच अंतिम ज्ञान प्राप्त केले. त्यामुळे बोधगयाला बौद्ध धर्मातील सर्वोच्च आध्यात्मिक स्थान प्राप्त झाले आहे.

येथील **महाबोधी मंदिर** हे बौद्ध धर्मातील सर्वांत महत्त्वाचे मंदिर मानले जाते. UNESCO ने या मंदिराला जागतिक वारसा स्थळाचा दर्जा दिला आहे. मंदिर परिसरातील **बोधीवृक्ष** हा मूळ वृक्षाच्या वंशातील असल्याचे मानले जाते. जगभरातील भिक्षू आणि श्रद्धाळू येथे ध्यान आणि प्रार्थनेसाठी येतात.

बोधगयातील **वज्रासन** किंवा "डायमंड थ्रोन" हे विशेष महत्त्वाचे स्थळ आहे. सम्राट अशोकाने बुद्धांच्या ज्ञानप्राप्तीच्या स्मरणार्थ येथे दगडी आसन उभारले होते. तसेच विविध देशांनी बांधलेले बौद्ध मठ आणि ध्यानकेंद्रे येथे आंतरराष्ट्रीय बौद्ध संस्कृतीचे प्रतीक म्हणून उभी आहेत.

३) सारनाथ – पहिल्या उपदेशाचे स्थळ

सारनाथ हे बुद्धांनी ज्ञानप्राप्तीनंतर पहिले धर्मचक्र प्रवर्तन केलेले पवित्र स्थळ आहे. प्राचीन काळात या प्रदेशाला "ऋषिपत्तन" किंवा "मृगदाव" असे संबोधले जात असे. हे वाराणसीजवळ स्थित असून बौद्ध इतिहासातील अत्यंत महत्त्वाचे केंद्र मानले जाते.

ज्ञानप्राप्तीनंतर बुद्धांनी आपल्या पाच पूर्वसहकाऱ्यांना येथे *"चार आर्यसत्ये"* आणि *"अष्टांगिक मार्ग"* यांचा उपदेश दिला. याच घटनेतून बौद्ध संघाची स्थापना झाली.

सारनाथमधील **धामेख स्तूप** हे अत्यंत पवित्र स्मारक मानले जाते. याच ठिकाणी बुद्धांनी पहिला उपदेश दिला होता. सम्राट अशोकाने येथे उभारलेला अशोक स्तंभ भारतीय इतिहासातील महत्त्वाचा वारसा मानला जातो. या स्तंभावरील सिंहशीर्ष आज भारताच्या राष्ट्रीय चिन्हाचा आधार आहे.

चौखंडी स्तूप हे बुद्धांनी आपल्या पाच शिष्यांना प्रथम भेट दिलेल्या स्थळाचे स्मारक आहे. सारनाथ संग्रहालयात मौर्यकालीन शिल्पकला, बुद्धमूर्ती आणि प्रसिद्ध सिंहशीर्ष जतन करण्यात आले आहे. त्यामुळे सारनाथ हे धार्मिक तसेच पुरातत्त्वीय दृष्टिकोनातून अत्यंत महत्त्वाचे केंद्र मानले जाते.

४) कुशीनगर – महापरिनिर्वाण स्थळ

कुशीनगर हे भगवान बुद्धांच्या महापरिनिर्वाणाशी संबंधित पवित्र स्थळ आहे. प्राचीन काळात याला “कुशीनारा” असे म्हटले जात असे. हिरण्यवती नदीजवळ वसलेल्या या स्थळी बुद्धांनी इ.स.पूर्व ४८३ च्या सुमारास महापरिनिर्वाण प्राप्त केले.

महापरिनिर्वाण मंदिर हे येथील सर्वांत प्रसिद्ध स्थळ आहे. येथे सुमारे सहा मीटर लांबीची शय्यास्थित बुद्धमूर्ती स्थापित आहे, जी बुद्धांच्या अंतिम विश्रांतीचे प्रतीक मानली जाते. निर्वाण स्तूप हा बुद्धांच्या स्मरणार्थ उभारलेला प्राचीन स्तूप आहे.

रामभर स्तूप हे बुद्धांच्या अंत्यसंस्काराचे स्थळ मानले जाते. परंपरेनुसार बुद्धांच्या पार्थिवाचे दहन येथे करण्यात आले होते. माथाकुंवर मंदिरातील भूमिस्पर्श मुद्रा असलेली बुद्धमूर्ती विशेष प्रसिद्ध आहे. तसेच **अवशेष वितरण** स्थळ हे बुद्धांच्या अस्थींचे विविध राज्यांत वाटप करण्यात आलेल्या घटनांशी संबंधित मानले जाते.

भारतातील इतर महत्त्वाची बौद्ध स्थळे

५) राजगीर; राजगीर हे प्राचीन मगध राज्याची राजधानी होते. पंचपर्वतांनी वेढलेले हे शहर बुद्धांच्या जीवनाशी निकट संबंध ठेवते. बुद्धांनी येथे अनेक वर्षे वास्तव्य केले आणि धर्मोपदेश दिले.

गृद्धकूट पर्वत हे बुद्धांच्या प्रवचनांसाठी प्रसिद्ध आहे. सप्तपर्णी गुहेत पहिली बौद्ध परिषद भरल्याचे मानले जाते. वेणुवन विहार आणि गरम पाण्याचे कुंड ही येथील प्रमुख आकर्षणे आहेत.

६) श्रावस्ती: श्रावस्ती हे बुद्धांनी सर्वाधिक वर्षावास केलेले स्थळ मानले जाते. जेतवन विहार हे येथील सर्वांत प्रसिद्ध धार्मिक केंद्र आहे. आनंद बोधी वृक्ष आणि अंगुलिमाल स्तूप यांनाही विशेष ऐतिहासिक महत्त्व आहे.

७) वैशाली: वैशाली हे प्राचीन लिच्छवी गणराज्याची राजधानी होते. बुद्धांनी येथे आपला अंतिम उपदेश दिला होता. दुसरी बौद्ध परिषद देखील येथेच भरली होती. अशोक स्तंभ, बुद्ध स्तूप आणि अभिषेक पुष्करणी ही वैशालीतील महत्त्वाची स्थळे आहेत.

८) नालंदा: नालंदा विद्यापीठUniversity हे जगातील सर्वांत प्राचीन निवासी विद्यापीठांपैकी एक मानले जाते. येथे भारतासह चीन, तिबेट, कोरिया आणि श्रीलंका येथील विद्यार्थी शिक्षणासाठी येत असत. प्रसिद्ध चिनी प्रवासी Xuanzang आणि इ-त्सिंग यांनी येथे अध्ययन केले होते. विद्यापीठाचे अवशेष, स्तूप आणि विहारे आजही त्या वैभवाची साक्ष देतात.

९) सांची स्तूप:- सांची स्तूप हे बौद्ध वास्तुकलेचे उत्कृष्ट उदाहरण मानले जाते. सम्राट अशोकाने येथे महान स्तूप उभारला होता. सुंदर तोरणद्वार, शिल्पकला आणि अशोक स्तंभ ही येथील प्रमुख वैशिष्ट्ये आहेत.

१०) नागपूर – दीक्षाभूमी:- दीक्षाभूमीहे आधुनिक बौद्ध चळवळीचे महत्त्वपूर्ण केंद्र मानले जाते. येथे डॉ. बाबासाहेब आंबेडकर.यांनी १४ ऑक्टोबर १९५६ रोजी लाखो अनुयायांसह बौद्ध धर्माची दीक्षा घेतली होती. विशाल स्तूप, धम्मचक्र आणि आंबेडकर स्मारक ही येथील प्रमुख आकर्षणे आहेत. आधुनिक भारतातील नवयान बौद्ध चळवळीचे हे सर्वात महत्त्वाचे केंद्र मानले जाते.

११) अजिंठा आणि एलोरा लेणी:- अजिंठा लेणी आणि वेरूळ लेणी ही भारतीय बौद्ध कला आणि स्थापत्याची अमूल्य उदाहरणे आहेत. अजिंठा लेणी बौद्ध चित्रकला, जातककथांची भित्तीचित्रे आणि विहारांसाठी प्रसिद्ध आहेत. एलोरा लेण्यांमध्ये बौद्ध, हिंदू आणि जैन धर्मीय लेणी एकत्र आढळतात. त्यामुळे भारतीय धार्मिक सहिष्णुतेचे अद्वितीय दर्शन येथे घडते. ही दोन्ही स्थळे UNESCO जागतिक वारसा यादीत समाविष्ट आहेत.

निष्कर्ष

बौद्ध तीर्थस्थळे ही केवळ धार्मिक स्थळे नसून ती मानवजातीच्या आध्यात्मिक आणि सांस्कृतिक इतिहासाची अमूल्य स्मृती आहेत. बुद्धांचे जीवन, त्यांची ज्ञानप्राप्ती, धर्मप्रचार आणि महापरिनिर्वाण यांचे जिवंत दर्शन या स्थळांतून घडते. आजही जगभरातील लाखो लोक या पवित्र स्थळांना भेट देऊन शांतता, करुणा आणि आत्मजागृतीचा अनुभव घेतात. बौद्ध तीर्थस्थळे ही मानवतेला समता, अहिंसा आणि विवेकाचा संदेश देणारी शाश्वत प्रेरणास्थाने आहेत.

✨ *"तीर्थयात्रा ही केवळ पवित्र स्थळांचे दर्शन नसून करुणा, प्रज्ञा, समता आणि धम्मआचरणाकडे नेणारा अंतर्मनाच्या परिवर्तनाचा प्रवास आहे."*

बोधगया आणि बौद्ध तीर्थस्थळांचे आध्यात्मिक महत्त्व

बोधगया आणि इतर बौद्ध तीर्थस्थळे ही केवळ धार्मिक किंवा ऐतिहासिक स्थळे नसून आत्मचिंतन, ध्यान आणि धम्मआचरणाची पवित्र केंद्रे मानली जातात. बौद्ध दृष्टिकोनानुसार तीर्थयात्रेसाठी ठराविक शुभ काळ आवश्यक नसून, जेव्हा मनात जागृती आणि सत्य जाणून घेण्याची इच्छा निर्माण होते, तोच योग्य वेळ असतो. या स्थळांना भेट देताना ध्यान, विपश्यना, धम्मग्रंथांचे वाचन आणि शांततेचे पालन यांना महत्त्व दिले जाते, तर दिखावा, गोंधळ आणि केवळ पर्यटनाचा दृष्टिकोन टाळावा असे सांगितले जाते. बौद्ध तीर्थयात्रेचा खरा उद्देश बाह्य दर्शन नसून अंतर्मनातील परिवर्तन, करुणा, समता आणि नैतिक जीवनाची प्रेरणा प्राप्त करणे हा आहे.

बोधगया आणि बौद्ध तीर्थस्थळे : कधी जावे

बौद्ध धर्मात ठराविक "शुभ मुहूर्त" किंवा विशिष्ट दिवशीच पुण्य प्राप्त होते, अशी संकल्पना आढळत नाही. बौद्ध तत्त्वज्ञानानुसार, जेव्हा मनात जागृती, आत्मचिंतन आणि धम्म समजून घेण्याची प्रामाणिक इच्छा निर्माण होते, तोच तीर्थयात्रेसाठी योग्य काळ मानला जातो. तथापि, बुद्ध पौर्णिमा, धम्मचक्र प्रवर्तन दिन आणि आषाढ पौर्णिमा हे दिवस बौद्ध परंपरेत विशेष महत्त्वाचे मानले जातात. या दिवशी विविध बौद्ध तीर्थस्थळांवर धम्मसभा, ध्यानसत्रे आणि सामूहिक प्रार्थना आयोजित केल्या जातात.

परंतु बौद्ध दृष्टिकोनात बाह्य विधी, गर्दी किंवा दिखावा यापेक्षा साधना, विचार आणि नैतिक आचरणाला अधिक महत्त्व दिले जाते. त्यामुळे कोणत्याही काळात शांत मनाने आणि धम्माविषयी आदरभाव ठेवून तीर्थस्थळांना भेट देणे महत्त्वाचे मानले जाते.

बोधगया आणि बौद्ध तीर्थस्थळांना का जावे ?

बौद्ध धर्मीयांच्या दृष्टीने बोधगया हे केवळ एक धार्मिक स्थळ नसून ज्ञानप्राप्तीचे, आत्मजागृतीचे आणि अज्ञानातून प्रकाशाकडे जाणाऱ्या मानवी प्रवासाचे प्रतीक आहे. याच पवित्र भूमीवर गौतम बुद्धांनी बोधीवृक्षाखाली ध्यान करून अंतिम सत्याचा साक्षात्कार प्राप्त केला आणि मानवजातीला शील, समाधी आणि प्रज्ञेचा मार्ग दिला.

म्हणूनच बौद्ध अनुयायी या तीर्थस्थळांना भेट देऊन बुद्धांप्रती कृतज्ञता व्यक्त करतात, त्यांच्या शिकवणीचे स्मरण करतात आणि आत्मपरीक्षणाचा प्रयत्न करतात. तथापि, बौद्ध धर्मात तीर्थयात्रेला मुक्ती मिळवण्याचे साधन मानले गेलेले नाही. बुद्धांनी स्पष्ट सांगितले – ""अत्त दीपो भव"" – म्हणजेच "स्वतःचा दीप स्वतः बना." याचा अर्थ, मुक्तीचा मार्ग बाह्य पूजेत नसून स्वतःच्या आचरणात आणि जागृतीत आहे.

बौद्ध तीर्थस्थळे ध्यान, विपश्यना, शांत चिंतन आणि नैतिक जीवनाचा विचार करण्यासाठी अनुकूल वातावरण निर्माण करतात. त्यामुळे तीर्थयात्रेचा खरा उद्देश बाह्य दर्शन नसून अंतर्मनातील परिवर्तन मानला जातो.

डॉ. बाबासाहेब आंबेडकरांचा दृष्टिकोन

डॉ. बाबासाहेब आंबेडकर.यांच्या दृष्टीने बोधगया आणि इतर बौद्ध तीर्थस्थळे ही केवळ धार्मिक स्थळे नव्हती; ती भारतीय बौद्ध वारशाची, स्वाभिमानाची आणि सामाजिक समतेची प्रतीके होती. त्यांनी स्पष्टपणे सांगितले की केवळ पूजा-अर्चाना करून समाजपरिवर्तन घडत नाही; बुद्धांचा धम्म प्रत्यक्ष जीवनात आचरणात आणल्याशिवाय खरे परिवर्तन शक्य होत नाही.

आंबेडकरांनी धर्माला तर्क, मानवता आणि सामाजिक न्यायाशी जोडले. त्यांनी अंधश्रद्धा, चमत्कारवाद आणि पापक्षालनाच्या कल्पनांना नाकारले. त्यांच्या मते, तीर्थयात्रेचा उद्देश व्यक्तीमध्ये स्वाभिमान, इतिहासाची जाणीव आणि समतेची भावना जागृत करणे हा असावा.

त्यामुळे बौद्ध अनुयायांसाठी तीर्थयात्रा म्हणजे भूतकाळाचे स्मरण, वर्तमानाचे आत्मपरीक्षण आणि भविष्याच्या परिवर्तनाची प्रतिज्ञा होय. ती केवळ बाह्य प्रवास नसून अंतर्मनाच्या जागृतीचा प्रवास आहे. यात्रेनंतर जर व्यक्तीमध्ये करुणा वाढली, राग कमी झाला आणि सामाजिक समतेची भावना दृढ झाली, तरच तीर्थयात्रा यशस्वी मानली जाते.

बौद्ध तीर्थस्थळांवर काय करावे ?

Bodh Gaya, सांची स्तूप यांसारख्या बौद्ध तीर्थस्थळांना भेट देताना केवळ पर्यटनाचा दृष्टिकोन न ठेवता आत्मचिंतन आणि धम्मआचरणाला महत्त्व देणे आवश्यक मानले जाते.

करायाच्या गोष्टी

- ध्यान, विपश्यना आणि धम्मचिंतन करणे
- त्रिशरण आणि पंचशील ग्रहण करणे
- बौद्ध धम्मग्रंथांचे वाचन करणे
- शांतता, स्वच्छता आणि शिस्त पाळणे
- समाजहित, करुणा आणि समतेचा संकल्प करणे
- स्थानिक संस्कृती, विहार आणि ऐतिहासिक वारशाचा आदर राखणे

काय टाळावे ?

- तीर्थयात्रेला केवळ फोटो काढणे किंवा सामाजिक माध्यमांवरील प्रदर्शनापुरते मर्यादित ठेवणे
- चमत्कार, नवस किंवा अलौकिक अपेक्षा ठेवणे
- गोंधळ, आरडाओरडा किंवा अस्वच्छता निर्माण करणे
- व्यसन, अनैतिक वर्तन किंवा असभ्य आचरण करणे
- धार्मिक स्थळांकडे मनोरंजनकेंद्र म्हणून पाहणे

बौद्ध तीर्थस्थळांची पवित्रता आणि शांतता जपण्यासाठी काही गोष्टी टाळणे आवश्यक मानले जाते, कारण बौद्ध धर्मात बाह्य आडंबरापेक्षा अंतर्मनातील शुद्धता व सजगतेला अधिक महत्त्व दिले जाते.

तीर्थयात्रेतून काय प्राप्त होते ?
गौतम बुद्धांच्या शिकवणीनुसार, तीर्थयात्रेमुळे पाप धुतले जात नाहीत किंवा चमत्कार घडत नाहीत. परंतु ती व्यक्तीला मानसिक शांतता, नैतिक प्रेरणा आणि आत्मपरीक्षणाची संधी देते. तीर्थस्थळांचे शांत वातावरण मन स्थिर करण्यास आणि जीवनाकडे नव्या दृष्टीने पाहण्यास मदत करते.

आंबेडकरी दृष्टिकोनातून पाहता, तीर्थयात्रा सामाजिक जागृती, स्वाभिमान आणि समतेची जाणीव निर्माण करते. व्यक्तीने यात्रेनंतर आपल्या जीवनात सकारात्मक बदल घडवले – जसे की व्यसनांचा त्याग, रागावर नियंत्रण, करुणेची वाढ आणि जातिभेदाविरुद्ध जागरूकता – तरच तीर्थयात्रा खऱ्या अर्थाने फलदायी ठरते.

फक्त पर्यटन म्हणून जावे का ?
बौद्ध धर्म पर्यटनाला विरोध करत नाही. इतिहास जाणून घेणे, संस्कृती समजून घेणे आणि जग पाहणे ही मानवी जिज्ञासेची नैसर्गिक प्रक्रिया आहे. परंतु जर तीर्थस्थळांना भेट केवळ पर्यटन, खरेदी किंवा मनोरंजनापुरती मर्यादित राहिली आणि व्यक्तीच्या विचारांमध्ये किंवा आचरणात कोणताही सकारात्मक बदल झाला नाही, तर ती बौद्ध अर्थाने "तीर्थयात्रा" मानली जात नाही.

बौद्ध दृष्टिकोनानुसार तीर्थयात्रा म्हणजे बाह्य प्रवासापेक्षा अंतर्मनाच्या परिवर्तनाचा प्रवास होय. ती व्यक्तीला स्वतःकडे पाहण्याची, आपल्या वर्तनाचे परीक्षण करण्याची आणि अधिक करुणामय, जागरूक व समतावादी जीवन जगण्याची प्रेरणा देते.

✨ *'बोधगयाची यात्रा संपते तेव्हा प्रवास संपत नाही; तेथूनच धम्ममय आणि समतावादी जीवनाचा खरा प्रवास सुरू होतो."*

९ डॉ. बाबासाहेब आंबेडकरांचे बौद्ध धर्मात धर्मांतर

डॉ. बाबासाहेब आंबेडकर.यांनी भारतीय समाजातील जातिव्यवस्था, अस्पृश्यता आणि सामाजिक विषमता यांचा सखोल अनुभव घेतला होता. त्यांच्या मते, ज्या धर्मात मानवाला समानता, स्वातंत्र्य आणि बंधुता मिळत नाही, तो धर्म मानवकल्याणासाठी उपयुक्त ठरू शकत नाही. त्यामुळे त्यांनी हिंदू धर्मातील अन्यायकारक सामाजिक रचनेला विरोध करत अखेरीस बौद्ध धर्म स्वीकारण्याचा निर्णय घेतला.

इ.स. १९३५ मध्ये नाशिक जिल्हयातील येवला येथे आयोजित परिषदेत त्यांनी ऐतिहासिक घोषणा केली – *"मी हिंदू म्हणून जन्मलो, पण हिंदू म्हणून मरणार नाही."* या घोषणेनंतर त्यांनी हिंदू, इस्लाम, ख्रिश्चन, शीख आणि बौद्ध धर्मासह विविध धर्मांचा अभ्यास केला. अनेक वर्षांच्या चिंतन, संशोधन आणि तत्त्वचर्चेनंतर त्यांनी बौद्ध धर्माला मानवतावादी, तर्कनिष्ठ आणि समतावादी धर्म म्हणून स्वीकारले.

बौद्ध धर्माची दीक्षा

१४ ऑक्टोबर १९५६ रोजी नागपूर येथील दीक्षाभूमी येथे डॉ. आंबेडकरांनी लाखो अनुयायांसह बौद्ध धर्माची दीक्षा घेतली. भदंत महास्थवीर चंद्रमणी यांच्या हस्ते त्यांना त्रिशरण आणि पंचशील देण्यात आले. हा प्रसंग भारतीय सामाजिक इतिहासातील एक महत्त्वपूर्ण टप्पा मानला जातो.

या ऐतिहासिक धर्मांतर सोहळ्याला पुढे "**धम्मचक्र प्रवर्तन दिन**" म्हणून ओळख मिळाली. याच वेळी डॉ. आंबेडकरांनी आपल्या अनुयायांना २२ प्रतिज्ञा दिल्या. या प्रतिज्ञांद्वारे त्यांनी अंधश्रद्धा, जातिभेद, देव-देवतांची अंधभक्ती आणि कर्मकांड यांचा त्याग करण्याचा संदेश दिला. त्यांनी बुद्धांच्या धम्माला तर्क, नैतिकता आणि सामाजिक समतेशी जोडले.

नवबौद्ध चळवळीचा उदय

डॉ. आंबेडकरांच्या धर्मांतरामुळे भारतात नवबौद्ध किंवा नवयान चळवळीची सुरुवात झाली. मध्ययुगानंतर भारतातील बौद्ध धर्माचा प्रभाव मोठ्या प्रमाणात कमी झाला होता; परंतु आंबेडकरांच्या या ऐतिहासिक कृतीमुळे बौद्ध धर्माला नवसंजीवनी प्राप्त झाली.

नवबौद्ध चळवळीमुळे दलित, शोषित आणि वंचित समाजात आत्मसन्मान, स्वाभिमान आणि सामाजिक जागृतीची भावना निर्माण झाली. शिक्षण, संघटन, नैतिक जीवन आणि सामाजिक प्रगती यांना विशेष महत्त्व प्राप्त झाले. ही चळवळ केवळ धार्मिक परिवर्तनापुरती मर्यादित न राहता सामाजिक परिवर्तनाची व्यापक चळवळ बनली.

✨ *"डॉ. बाबासाहेब आंबेडकरांचे बौद्ध धर्मात धर्मांतर हे केवळ धार्मिक परिवर्तन नव्हते, तर समता, स्वाभिमान आणि सामाजिक न्यायासाठी उभारलेले ऐतिहासिक आंदोलन होते."*

नवबौद्ध (नवयान) आणि पारंपरिक बौद्ध धर्म

भारतामध्ये डॉ. आंबेडकरांनी स्वीकारलेला बौद्ध धर्म "नवबौद्ध" किंवा "नवयान" म्हणून ओळखला जातो. पारंपरिक बौद्ध धर्मामध्ये मुख्यतः थेरवाद, महायान आणि वज्रयान या परंपरा आढळतात. या सर्व प्रवाहांचा मूलाधार गौतम बुद्धयांचा धम्म असला, तरी त्यांच्या विचारपद्धती, आचार आणि सामाजिक दृष्टिकोनामध्ये काही महत्त्वपूर्ण भेद दिसून येतात.

१) तत्त्वज्ञानातील फरक

पारंपरिक बौद्ध धर्मात चार आर्यसत्ये, अष्टांगिक मार्ग, अनित्यता, अनात्म आणि निर्वाण यांसारख्या तत्त्वांवर विशेष भर दिला जातो. ध्यान, आत्मशुद्धी आणि वैयक्तिक मुक्ती ही त्याची मुख्य उद्दिष्टे मानली जातात.

नवयान परंपरेत मात्र सामाजिक न्याय, समता, स्वातंत्र्य आणि बंधुता यांना केंद्रस्थानी स्थान दिले जाते. धर्माचा उपयोग केवळ वैयक्तिक मुक्तीसाठी नव्हे, तर सामाजिक परिवर्तनासाठी व्हावा, असा दृष्टिकोन येथे दिसून येतो. अंधश्रद्धा, जातिभेद आणि कर्मकांड यांचा स्पष्ट विरोध करण्यात येतो.

२) कर्म आणि पुनर्जन्माविषयी दृष्टिकोन

पारंपरिक बौद्ध धर्मात कर्म आणि पुनर्जन्म ही मूलभूत तत्त्वे मानली जातात. व्यक्तीच्या कर्मानुसार पुढील जन्म निश्चित होतो, अशी धारणा येथे स्वीकारली जाते.

नवबौद्ध विचारसरणीत कर्माची सामाजिक आणि नैतिक व्याख्या अधिक महत्त्वाची मानली जाते. पुनर्जन्माच्या संकल्पनेकडे अधिक विवेकनिष्ठ आणि तर्काधारित दृष्टीने पाहिले जाते. मानवी जीवनातील विषमता, अन्याय आणि शोषण दूर करण्यावर येथे विशेष भर दिला जातो.

३) ग्रंथ आणि वैचारिक आधार

पारंपरिक बौद्ध धर्मात त्रिपिटक, विविध सूत्रे आणि शास्त्रे यांना धार्मिक अधिकार मानले जाते. पाली साहित्य आणि निकाय ग्रंथांना विशेष महत्त्व आहे.

नवबौद्ध परंपरेत डॉ. आंबेडकर लिखित The Buddha and His Dhamma हा ग्रंथ अत्यंत महत्त्वाचा मानला जातो. तसेच २२ प्रतिज्ञा आणि बुद्धांचे मूलभूत उपदेश हे नवयानच्या विचारांचे आधारस्तंभ समजले जातात.

४) संघरचना आणि सामाजिक भूमिका

पारंपरिक बौद्ध धर्मात भिक्खू आणि भिक्खुणी संघाला केंद्रस्थानी स्थान आहे. विनय नियमांचे पालन, संन्यास आणि मठीय जीवन यांना विशेष महत्त्व दिले जाते.

नवबौद्ध परंपरेत गृहस्थ समाजावर अधिक भर दिला जातो. सामाजिक जीवनात राहून धम्माचे आचरण करणे, समाजजागृती करणे आणि मानवसेवा करणे हे अधिक महत्त्वाचे मानले जाते. “धम्माचार्य” आणि “उपदेशक” यांसारख्या भूमिकांना येथे विशेष स्थान प्राप्त झाले आहे.

५) विधी आणि आचार

पारंपरिक बौद्ध धर्मात ध्यान, पूजा, सूत्रपठण आणि धार्मिक विधींना महत्त्व असते. विविध देशांच्या संस्कृतीनुसार या परंपरांमध्ये काही प्रमाणात भिन्नता आढळते.

नवबौद्ध पद्धतीत साधेपणा, विवेकनिष्ठता आणि अंधश्रद्धामुक्त आचार यांना प्राधान्य दिले जाते. विवाह, नामकरण आणि अंत्यसंस्कार यांसारख्या विधींमध्ये सामाजिक समता, मानवता आणि बंधुत्वाचा संदेश देण्याचा प्रयत्न केला जातो.

निष्कर्ष

डॉ. बाबासाहेब आंबेडकरांचे धर्मांतर हे केवळ धार्मिक परिवर्तन नव्हते, तर भारतीय समाजव्यवस्थेला दिलेले सामाजिक आणि वैचारिक आव्हान होते. त्यांच्या धर्मांतरामुळे बौद्ध धर्माला भारतात नवजीवन प्राप्त झाले आणि लाखो वंचित लोकांना स्वाभिमान व समानतेचा मार्ग मिळाला.

पारंपरिक बौद्ध धर्म आणि नवबौद्ध धर्म या दोन्ही प्रवाहांचा मूलाधार गौतम बुद्धांचा धम्म हाच आहे. तथापि, पारंपरिक बौद्ध धर्म अधिक आध्यात्मिक आणि ध्यानप्रधान स्वरूपाचा आहे, तर नवयान बौद्ध धर्म सामाजिक न्याय, समता आणि परिवर्तन यांवर अधिक भर देणारा आधुनिक भारतीय प्रवाह म्हणून विकसित झाला आहे.

✨ *"बुद्धांचा धम्म हा दोन्ही प्रवाहांचा समान पाया असून, त्याची अभिव्यक्ती मात्र काळ आणि समाजाच्या गरजांनुसार बदलत गेली आहे."*

खंड २ : धम्म, ग्रंथ आणि तत्त्वज्ञान

(धम्म → शास्त्र → मूल्ये → संकल्पना)

या खंडात बौद्ध धम्मातील मूलभूत तत्त्वज्ञान, नैतिक मूल्ये आणि धार्मिक संकल्पनांचे विवेचन करण्यात आले आहे. त्रिपिटक, मंगलकामना, करुणा, मैत्री, दान, उपवास आणि सामाजिक व्यवहार यांसारख्या विषयांचा अभ्यास येथे केला आहे. दैनंदिन जीवनातील बौद्ध विचार, अभिवादन पद्धती आणि धार्मिक संकल्पनांचा आधुनिक संदर्भात विचार मांडण्यात आला आहे. बौद्ध धम्मातील विवेक, समता आणि मानवतावादी दृष्टिकोन समजून घेण्यासाठी हा खंड उपयुक्त ठरतो.

१ बौद्ध धर्मातील ग्रंथसंग्रह - त्रिपिटक

बौद्ध धर्मातील **"त्रिपिटक"** (तीन पिटके) हे बुद्धांच्या शिकवणीचे मुख्य आणि अधिकृत ग्रंथसंग्रह मानले जातात. पिटक म्हणजे **"टोपली"** – पूर्वी हे ग्रंथ वेगवेगळ्या टोपल्यांत जपून ठेवले जात, म्हणून हे नाव पडले. त्रिपिटक पुढील तीन भागांमध्ये विभागलेले आहेत:

१ **सुत्त पिटक (बुद्धांचे उपदेश)** (म्हणजेच, बुद्धांचे जिवंत शब्द)
हा सर्वात मोठा भाग आहे. यात भगवान बुद्धांनी दिलेले प्रवचन, संवाद आणि कथा आहेत. बुद्धांनी लोकांना समजेल अशा सोप्या भाषेत जीवन, दुःख, करुणा, ध्यान, आणि निर्वाण याबद्दल सांगितलेले उपदेश येथे आहेत. हा सर्वात मोठा भाग आहे.

यात चार आर्यसत्य, अष्टांगिक मार्ग, करुणा, मैत्री, प्रज्ञा आणि नैतिक जीवन यांसारख्या मूलभूत बौद्ध तत्त्वांचे सविस्तर वर्णन आढळते. सुत्त पिटकाचे पाच निकायांमध्ये (Nikaya) विभाजन करण्यात आले आहे.

१. **दीघ निकाय** (लांब प्रवचन (दीर्घ सुत्ते)
उदा. महापरिनिब्बान सुत्त (बुद्धांच्या अंतिम दिवसांचे वर्णन)

२. **मज्झिम निकाय** (मध्यम लांबीची प्रवचने)
उदा. जीवन, ध्यान, नैतिकता यावर उपदेश

३. **संयुत्त निकाय** (विषयानुसार गटबद्ध सुत्ते)
उदा. स्कंध, वेदना, ध्यान यांवर विभाग

४. **अंगुत्तर निकाय** (संख्येनुसार मांडलेले उपदेश)
उदा. एक गोष्ट, दोन गोष्टी, तीन गोष्टी अशा क्रमाने

५. **खुद्दक निकाय** (लहान पण अत्यंत महत्त्वाचे ग्रंथांचा संग्रह)

- धम्मपद - बुद्धांचे प्रसिद्ध सुविचार
- उदान - प्रेरणादायी उद्गार
- इतिवुत्तक - "असे म्हटले आहे" अशा उपदेशांचा संग्रह
- सुत्तनिपात - प्राचीन काव्यात्मक सुत्ते
- थेरगाथा - भिक्षूंच्या अनुभवकथा (काव्यरूपात)
- थेरीगाथा - भिक्षुणींच्या अनुभवकथा
- जातक कथा - बुद्धांचे पूर्वजन्म

२ विनय पिटक (शिस्त व नियम)

विनय पिटक हे बौद्ध त्रिपिटकातील पहिले पिटक असून त्यात भिक्षू-भिक्षुणींसाठीचे नियम, शिस्त आणि आचारसंहिता दिलेली आहे. संघाची रचना, कार्यपद्धती, नैतिक जीवन आणि शिस्त राखण्याचे मार्गदर्शन या ग्रंथात आढळते. तसेच दैनंदिन जीवनातील वर्तन, साधेपणा आणि चुकीच्या कृतींसाठीचे नियम यांचाही उल्लेख विनय पिटकात करण्यात आला आहे.

त्यामुळे विनय पिटकाला बौद्ध संघाचे "शिस्तपुस्तक" किंवा "कायद्यांचे पुस्तक" असेही म्हटले जाते. याचे मुख्य तीन भाग आहेत:

I.सुत्तविभंग

- ❖ भिक्षू आणि भिक्षुणींसाठी बनवलेल्या नियमांचे स्पष्टीकरण
- ❖ पातिमोक्ख नियम (शिस्तीचे मुख्य नियम)
- ❖ नियम का बनवले गेले याच्या कथा

II. खंधक (खंडक) संघाच्या व्यवस्थापनाशी संबंधित नियम

याचे दोन भाग:

- महावग्ग - बुद्धांचे ज्ञानप्राप्ती, पहिले प्रवचन, संघाची स्थापना
- चुल्लवग्ग - संघातील शिस्त, संघसभा, भिक्षूंचे वर्तन

III.परिवार नियमांचा सारांश व वर्गीकरण (प्रश्नोत्तर पद्धतीने)

३□ अभिधम्म पिटक (बौद्ध तत्वज्ञान व मनोविज्ञान)

अभिधम्म पिटक हे बौद्ध साहित्यातील तिसरे आणि अत्यंत महत्त्वाचे पिटक मानले जाते. या पिटकात मुख्यतः मनाचे कार्य, विचारांची निर्मिती आणि भावनांतील बदल यांचे सखोल विश्लेषण केलेले आहे. सोप्या भाषेत सांगायचे तर, मनाच्या आत काय घडते याचे विज्ञान म्हणजे अभिधम्म होय. बुद्धांनी मानवी मन, चेतना, भावना आणि मानसिक प्रवृत्तींचा अत्यंत बारकाईने अभ्यास करून त्याचे तत्वज्ञान या पिटकात मांडले आहे. उदाहरणार्थ, एखाद्या व्यक्तीला राग का येतो, तो कसा निर्माण होतो आणि किती वेळ टिकतो याचा शोध अभिधम्म पिटक घेते.

तसेच राग, लोभ, मत्सर यांसारख्या नकारात्मक भावनांवर नियंत्रण कसे मिळवावे याचे मार्गदर्शनही येथे केले आहे. ध्यान, विपश्यना आणि मानसिक शांतता समजून घेण्यासाठी अभिधम्म पिटक अत्यंत उपयुक्त मानले जाते. त्यामुळे हे पिटक मन समजून घेऊन जीवन अधिक शांत, संतुलित आणि विवेकी बनवण्याची प्रेरणा देते.

अशा प्रकारे, अभिधम्म पिटक हे बुद्धांनी सांगितलेल्या तत्वज्ञान आणि मनोविज्ञानाचा सखोल अभ्यास आहे. ते मनुष्याला शिकवते की, *“मन समजले, तर जीवन समजले.”*

अभिधम्म पिटकात ७ मुख्य ग्रंथ आहेत:

१. **धम्मसंगणी** :- मन आणि मानसिक घटकांचे वर्गीकरण

२. **विभंग** :-विविध तत्त्वांचे विश्लेषण (स्कंध, आयतन, सत्य इ.)

३. **धातुकथा**:- धर्मांचे घटक (धातू) यांची मांडणी

४. **पुग्गलपञ्ञत्ति**:- व्यक्तिमत्त्वांचे प्रकार

५. **कथावत्थु**:-विचारभेदांवरील तात्त्विक चर्चा

६. **यमक**:_दुहेरी प्रश्नोत्तरातून तत्त्व स्पष्ट करणे.

७. **पठ्ठान**:- कारण-परिणाम संबंधांचे सखोल विश्लेषण
(अभिधम्मातील सर्वात विस्तृत ग्रंथ)

◈ थोडक्यात सारांश

❖ **सुत्त पिटक** मध्ये गौतम बुद्धयांची प्रवचने, संवाद आणि कथा समाविष्ट आहेत. "सुत्त" म्हणजे बुद्धांचे उपदेश होय.

❖ **विनय पिटक** मध्ये भिक्षू आणि भिक्षुणींसाठी आचारसंहिता व नियम दिलेले आहेत. "विनय" म्हणजे शिस्त किंवा संयम होय.

❖ **अभिधम्म पिटक** मध्ये मन, विचार आणि धर्मतत्त्वांचे सखोल विश्लेषण केलेले आहे. "अभिधम्म" म्हणजे तत्त्वज्ञान आणि मनाचा अभ्यास होय.

२ "जयभीम" विरुद्ध "नमस्कार"

बौद्ध धर्मात अभिवादन हे प्रेम, मैत्री आणि आदर व्यक्त करण्याचे माध्यम मानले जाते. पण काही वेळा एखाद्याने "जयभीम" ऐवजी "नमस्कार" म्हटले, तर काही लोकांना राग येतो किंवा अस्वस्थता वाटते. यामागे सामाजिक आणि ऐतिहासिक भावना जोडलेल्या असतात.

"जयभीम"ची भावनिक आणि सामाजिक ओळख

"जयभीम" हा शब्द डॉ. बाबासाहेब आंबेडकर.यांच्या विचारांना अभिवादन करणारा मानला जातो. भारतातील नवबौद्ध समाजासाठी तो केवळ अभिवादन नसून समता, स्वाभिमान, अन्यायाविरुद्धचा संघर्ष आणि सामाजिक जागृती यांचे प्रतीक आहे. त्यामुळे अनेक लोकांसाठी "जयभीम" ही त्यांची सामाजिक ओळख आणि अस्मिता बनलेली आहे. अशा परिस्थितीत "नमस्कार" वापरल्यास काहींना आपली ओळख किंवा विचार दुर्लक्षित झाल्याची भावना निर्माण होऊ शकते.

सामाजिक आणि ऐतिहासिक कारणे

भारतातील दीर्घकालीन सामाजिक विषमता, अस्पृश्यता आणि भेदभावाच्या अनुभवांमुळे "जयभीम" हा शब्द प्रतिकार, एकात्मता आणि स्वाभिमानाचा घोष बनला. त्यामुळे काही व्यक्तींना असे वाटते की बौद्ध समाजाने "जयभीम"च वापरावा, कारण तो समतेचा आणि सामाजिक परिवर्तनाचा संदेश देतो. या भावनिक व ऐतिहासिक अनुभवांमुळे अभिवादनाचा विषय कधी कधी संवेदनशील बनतो.

बौद्ध तत्वज्ञान काय सांगते ?

गौतम बुद्धयांनी राग, द्वेष आणि अहंकार टाळण्याचा उपदेश केला आहे. बौद्ध धर्मातील पंचशील आणि अष्टांगिक मार्गात सम्यक वाचा, संयम आणि मैत्रीभाव यांना विशेष महत्त्व दिले गेले आहे. बौद्ध दृष्टीने "नमस्कार" हा आदर व्यक्त करणारा शब्द आहे, तर "जयभीम" हा समता आणि सामाजिक जागृतीचे प्रतीक मानला जातो. दोन्ही शब्द जर

सद्भावनेने आणि आदरपूर्वक वापरले गेले असतील, तर त्यात चुकीचे काहीही नाही. उलट, राग आणि वाद निर्माण होणे हे बौद्ध शिकवणीनुसार मानसिक क्लेश मानले जाते.

राग निर्माण होण्यामागील कारणे ?

अभिवादनामुळे निर्माण होणारा राग हा अनेकदा स्वतःच्या ओळखीशी असलेल्या तीव्र भावनिक बांधिलकीतून निर्माण होतो. काही वेळा भूतकाळातील सामाजिक वेदना, अन्यायाचे अनुभव आणि "आपलेपणा" सिद्ध करण्याची अपेक्षा यांमुळेही ही प्रतिक्रिया दिसून येते. परंतु बौद्ध धर्म "मीपणा" आणि अहंकार कमी करण्याचा संदेश देतो. त्यामुळे अभिवादनाच्या शब्दांमुळे राग निर्माण झाला, तर त्याकडे आत्मपरीक्षण आणि समजूतदारपणाने पाहणे आवश्यक मानले जाते.

अंतिम विचार

एखाद्याने "नमस्कार" म्हटले म्हणून राग करणे हे बौद्ध तत्त्वांशी पूर्णपणे सुसंगत मानले जात नाही. बौद्ध धर्म मैत्री, करुणा, समता आणि बंधुतेचा मार्ग दाखवतो. शब्दांपेक्षा भावना आणि परस्पर आदर अधिक महत्त्वाचे आहेत. त्यामुळे वाद वाढवण्याऐवजी संवाद, समजूतदारपणा आणि सद्भावना जपणे हेच खरे बौद्ध आचरण मानले जाते.

निष्कर्ष:- बौद्ध धर्मात कोणते अभिवादन वापरावे याबाबत कठोर नियम नाहीत. महत्त्वाचा मुद्दा म्हणजे मनातील भावना - मैत्री, करुणा आणि समता.

✨ नमस्कार" नम्रतेचे प्रतीक आहे, तर "जयभीम" सामाजिक न्याय आणि समतेचे प्रतीक आहे. दोन्हीही बौद्ध मूल्यांना पूरक ठरू शकतात, जर त्यामागे शुद्ध हेतू आणि मानवतावादी विचार असतील.

३ बौद्ध धम्मातील मंगलकामना आणि आशीर्वादाची संकल्पना

बौद्ध धर्मात आशीर्वाद या संकल्पनेकडे वेगळ्या दृष्टिकोनातून पाहिले जाते. येथे आशीर्वाद म्हणजे कोणाला चमत्कारिक शक्ती देणे किंवा त्याचे पाप-पुण्य बदलणे असा अर्थ घेतला जात नाही. बौद्ध दृष्टीने आशीर्वाद म्हणजे शुभेच्छा, सद्भावना, मैत्रीभाव (मेत्ता) आणि नैतिक जीवनासाठी प्रेरणा होय.

गौतम बुद्धांनी सांगितले की प्रत्येक व्यक्ती स्वतःच्या कर्माची जबाबदार असते. "*अत्ताही अत्तनो नाथो*" म्हणजे "मनुष्य स्वतःच स्वतःचा आधार आहे." त्यामुळे बौद्ध धर्मानुसार कोणतीही व्यक्ती दुसऱ्याचे कर्म बदलू शकत नाही. भिक्षू किंवा गुरु मंगल सुत्त, करुणा प्रार्थना किंवा परित्राण पठण करतात, परंतु त्याचा उद्देश मनःशांती, सद्भावना आणि नैतिक प्रेरणा देणे हा असतो. त्यामुळे बौद्ध धर्मात आशीर्वाद म्हणजे आत्मिक उन्नतीसाठी मंगलकामना मानल्या जातात.

पाय पडणे याबद्दल बौद्ध दृष्टिकोन

भारतीय संस्कृतीत वडीलधाऱ्यांच्या पायाला हात लावणे ही आदर व्यक्त करण्याची पारंपरिक पद्धत आहे. मात्र बौद्ध धर्मात व्यक्तिपूजा किंवा अंधश्रद्धेला महत्त्व दिले जात नाही. बौद्ध परंपरेत "त्रिवार नमस्कार" केला जातो. हे वंदन बुद्ध, धम्म आणि संघ यांना अर्पण केले जाते. यामध्ये पायाला स्पर्श करणे आवश्यक मानले जात नाही.

गौतम बुद्धांच्या काळात लोक आदराने वाकून प्रणाम करत असत, पण बुद्धांनी स्वतःची दैवी पूजा करण्यास कधीही प्रोत्साहन दिले नाही. बौद्ध विचारसरणीनुसार आदर हा मनातून असावा. नम्रता, कृतज्ञता आणि सदाचार यांना अधिक महत्त्व दिले जाते. त्यामुळे पाय पडणे ही धार्मिक आवश्यकता नसून वैयक्तिक किंवा सांस्कृतिक परंपरा मानली जाते.

निष्कर्ष:- बौद्ध धर्मात आशीर्वाद म्हणजे चमत्कारिक कृपा नव्हे, तर सद्भावना आणि मंगलकामना आहेत. पाय पडणे ही सांस्कृतिक प्रथा असू शकते, परंतु ती धार्मिक बंधन नाही.

✨ "खरा बौद्ध आदर म्हणजे शील, समाधी आणि प्रज्ञा यांचे पालन करून नैतिक व जागरूक जीवन जगणे होय."

४ बौद्ध धम्मातील क्षमा, करुणा आणि मैत्रीभाव

बौद्ध धर्मात क्षमा ही केवळ नैतिक गोष्ट नसून एक महत्त्वाची आध्यात्मिक साधना मानली जाते. गौतम बुद्धांनी सांगितले आहे की द्वेषाने द्वेष कधीच संपत नाही; तो प्रेम, करुणा आणि मैत्रीभावानेच संपतो. त्यामुळे बौद्ध धर्मात माफ करणे म्हणजे चुकीला पाठिंबा देणे नव्हे, तर मनातील राग, सूडबुद्धी आणि द्वेष सोडून अंतःकरण शांत करणे होय. "मेत्ता" (मैत्री), "करुणा" आणि "उपेक्षा" (समत्व) यांचा समतोल राखणे हीच खरी क्षमेची भावना मानली जाते.

चुकीच्या व्यक्तीशी कसे वागावे ?

जर एखाद्या व्यक्तीकडून चूक झाली असेल, तर बौद्ध धर्म तात्काळ रागाने प्रतिक्रिया देण्याऐवजी शांत राहण्याचा सल्ला देतो. रागाच्या भरात निर्णय घेऊ नये, तर परिस्थिती समजून घ्यावी. अनेकदा व्यक्ती अज्ञानामुळे किंवा परिस्थितीमुळे चूक करू शकते. "मी ही कधी चुकू शकतो" ही जाणीव ठेवणे महत्त्वाचे मानले जाते.

संवाद करताना व्यक्तीवर आरोप करण्याऐवजी तिच्या वर्तनाबद्दल शांतपणे बोलावे. उदाहरणार्थ, "तू वाईट आहेस" असे म्हणण्याऐवजी "हे वर्तन त्रासदायक आहे" असे सांगणे अधिक योग्य ठरते. क्षमा करणे म्हणजे अन्याय सहन करणे नव्हे; गरज असल्यास योग्य मर्यादा ठेवणेही आवश्यक असते.

वारंवार चूक करणाऱ्या व्यक्तीबद्दल दृष्टिकोन
जर एखादी व्यक्ती सतत तीच चूक करत असेल, तर बौद्ध धर्म करुणेबरोबर शिस्तीलाही महत्त्व देतो. बुद्धांनी संघात नियम पाळण्यावर भर दिला होता. त्यामुळे अशा व्यक्तीला स्पष्टपणे मर्यादा सांगणे आवश्यक मानले जाते. प्रत्येक कृतीचे परिणाम असतात, हा कर्मसिद्धांत समजावून सांगितला जातो. त्याचबरोबर स्वतःचे मानसिक आणि भावनिक रक्षण करणेही महत्त्वाचे आहे.

इतरांना माफ करायला कसे शिकवावे ?
बौद्ध धर्मानुसार उपदेशापेक्षा आचरण अधिक प्रभावी असते. त्यामुळे स्वतः शांत, संयमी आणि क्षमाशील राहणे हे इतरांसाठी प्रेरणादायी ठरते. राग धरून ठेवणे म्हणजे स्वतःलाच त्रास देणे, हे समजावून सांगितले जाते. मेत्ता ध्यान, करुणेच्या कथा आणि अंगुलीमाळासारखी उदाहरणे वापरून इतरांना क्षमेचे महत्त्व शिकवता येते.

माफी कशी मागावी ? बौद्ध धर्मात स्वतःची चूक मान्य करणे ही मोठी साधना मानली जाते. चूक स्पष्टपणे स्वीकारणे, सबबी न सांगणे आणि मनापासून पश्चात्ताप व्यक्त करणे आवश्यक मानले जाते. *"माझ्या कृतीमुळे तुम्हाला दुख झाले, त्याबद्दल मला खेद आहे"* अशी प्रामाणिक भावना व्यक्त करणे महत्त्वाचे आहे. तसेच पुढे अशी चूक होणार नाही यासाठी प्रयत्न करणे आणि कृतीतून बदल दाखवणे आवश्यक मानले जाते.

निष्कर्ष बौद्ध धर्मानुसार क्षमा म्हणजे कमजोरी नव्हे, तर अंतर्गत ताकद आहे. करुणा ठेवताना विवेक आणि मर्यादाही आवश्यक आहेत. द्वेष सोडणे, पण अन्याय सहन न करणे, हेच बौद्ध धर्माचे संतुलित तत्त्व आहे. खरे बौद्ध आचरण म्हणजे करुणा, समजूतदारपणा आणि मनःशांतीचा मार्ग स्वीकारणे होय.

✨ *"द्वेषाला द्वेषाने नव्हे, तर करुणा, समजूतदारपणा आणि मैत्रीभावाने उत्तर देणे, हीच बुद्धांची शिकवण आहे."*

५ बौद्ध धम्मातील उपवास आणि संयमाची परंपरा

बौद्ध धर्मात उपवासाला “उपोशथ” किंवा “उपोसथ” असे म्हटले जाते. हा केवळ अन्नत्याग किंवा उपाशी राहण्याचा विधी नसून मन, वाणी आणि शरीर शुद्ध करण्याची एक साधना मानली जाते. बौद्ध धर्मात उपवासाचा मुख्य उद्देश आत्मसंयम, जागरूकता आणि नैतिक शिस्त वाढवणे हा असतो. त्यामुळे येथे कठोर देहकष्ट किंवा अती उपास करण्यापेक्षा *मध्यम मार्गाला* अधिक महत्त्व दिले जाते.

उपोशथ दिवसांचे महत्त्व

बौद्ध परंपरेत पौर्णिमा, अमावस्या आणि अष्टमी या दिवशी उपोशथ पाळला जातो. या दिवशी भिक्षू पूर्ण उपवास करतात, तर गृहस्थ उपासक दुपारनंतर अन्न न घेणे, अष्टशील पाळणे, ध्यान करणे आणि धम्मश्रवण करणे यांसारख्या साधना करतात. उपोशथ दिवस हा आत्मपरीक्षण, शुद्ध आचरण आणि आध्यात्मिक प्रगतीसाठी महत्त्वाचा मानला जातो.

बौद्ध सण आणि उपवास

वैशाख पौर्णिमा, म्हणजेच बुद्ध पौर्णिमा, हा बौद्ध धर्मातील अत्यंत पवित्र दिवस मानला जातो. या दिवशी गौतम बुद्धांचा जन्म, ज्ञानप्राप्ती आणि महापरिनिर्वाण या तीनही घटना घडल्या असे मानले जाते. तसेच आषाढी पौर्णिमा, म्हणजे धम्मचक्र प्रवर्तन दिन, या दिवशी बुद्धांनी सारनाथ येथे प्रथम उपदेश दिला होता.

पावसाळ्यातील वासावास किंवा चातुर्मास हा तीन महिन्यांचा कालखंड भिक्षूंसाठी विशेष साधनेचा काळ असतो. या काळात अनेक गृहस्थ भक्त आठ किंवा दहा शील पाळतात. वासावास समाप्तीनंतर कठीण चिवरदान आणि प्रवारणा दिन साजरा केला जातो. या प्रसंगी उपवासापेक्षा दान, संयम आणि संघसेवा यांना अधिक महत्त्व दिले जाते.

अन्नाविषयी नियम

बौद्ध धर्मात अन्नाविषयी संयमाला विशेष महत्त्व आहे. भिक्षू दुपारनंतर अन्न घेत नाहीत. गृहस्थ लोक हलका आहार घेतात किंवा संध्याकाळनंतर अन्न टाळतात. परंतु या नियमांचा उद्देश शरीराला त्रास देणे नसून इंद्रियसंयम आणि आसक्ती कमी करणे हा असतो. बुद्धांनी शरीराला अनावश्यक कष्ट देणाऱ्या अतिउपवासाचा विरोध केला होता.

उपवासात काय महत्त्वाचे मानले जाते ?

बौद्ध धर्मातील उपवास केवळ अन्नत्यागापुरता मर्यादित नसतो. ध्यान (भावना), बुद्ध-धम्म-संघ यांचे चिंतन, पाच शीलांचे पालन आणि राग, द्वेष, लोभ यांसारख्या मानसिक विकारांपासून दूर राहणे याला अधिक महत्त्व दिले जाते. उपवासाचा खरा अर्थ मन शुद्ध करणे आणि आत्मसंयम वाढवणे असा आहे.

बुद्धांचे मत : मध्यम मार्ग

गौतम बुद्धयांनी अतिउपवास आणि अतिभोग हे दोन्ही टोकाचे मार्ग नाकारले. त्यांनी शिकवलेला *मध्यम मार्ग* म्हणजे – "ना देहाला छळ, ना देहाला लाड." त्यामुळे बौद्ध धर्मात उपवास हा संतुलित जीवनशैलीचा भाग मानला जातो.

पाच शील: (हे रोजच्या जीवनासाठी) पाच शील हे सर्वसामान्य गृहस्थांच्या दैनंदिन जीवनासाठीचे नैतिक नियम आहेत.

- पाणातिपाता वेरमणी - कोणत्याही सजीवाचा वध न करणे
- अदिन्नादाना वेरमणी - चोरी न करणे
- कामेसु मिच्छाचार वेरमणी - व्यभिचार टाळणे
- मुसावादा वेरमणी - खोटे बोलू नये
- सुरामेरयमज्जपमादट्ठाना वेरमणी - मद्य व नशेपासून दूर राहणे

या शीलांचे पालन केल्याने नैतिक आणि शांत जीवन जगण्यास मदत होते.

आठ शील (उपवासाच्या दिवशी अनेक उपासक आठ शील पाळतात.)

(पाच शील + तीन अतिरिक्त)

- **विकालभोजना वेरमणी** - दुपारनंतर अन्न न घेणे
- **नच्च-गीत-वादित-विसूकदस्सना वेरमणी** - नाच, गाणी, करमणूक टाळणे
- **मालागंध-विलेपन-धारण-मंडन-विभूसनट्ठाना वेरमणी** - दागिने, सौंदर्यप्रसाधने,सजावट टाळणे

दहा शील (भिक्षु/श्रामणेरांसाठी)

दहा शील प्रामुख्याने भिक्षू आणि श्रामणेर (सामणेर) यांच्यासाठी निर्धारित केलेले असतात. यामध्ये आठ शीलांतील सर्व नियम समाविष्ट असतात. त्यासोबत पुढील दोन अतिरिक्त नियम पाळावे लागतात:

- उंच व आलिशान आसन-पलंगांचा वापर टाळणे.
- सोने, चांदी किंवा पैसा स्वीकारू नये.

या नियमांमुळे साधेपणा, त्याग आणि वैराग्याची भावना विकसित होण्यास मदत होते. तसेच, भौतिक सुखांपासून अलिप्त राहून आध्यात्मिक साधनेवर लक्ष केंद्रित करण्यास प्रोत्साहन मिळते.

निष्कर्ष

थोडक्यात सांगायचे तर, बौद्ध धर्मातील उपवास म्हणजे केवळ अन्नत्याग नव्हे, तर आसक्तीचा त्याग होय. उपवासाचा उद्देश शरीराला त्रास देणे नसून मन शुद्ध करणे, संयम वाढवणे आणि करुणा, शांतता व जागरूकता विकसित करणे हा आहे. शीलांचे पालन केल्याने व्यक्तीच्या जीवनात शांती, नैतिकता आणि आत्मिक समाधान वाढते.

✨ *"उपवासाचे खरे मूल्य उपाशी राहण्यात नसून शील, संयम आणि जागरूकता विकसित करण्यात आहे."*

६ बौद्ध धम्मातील प्रसाद, दान आणि सामूहिक भोजन संकल्पना

बौद्ध धर्मात प्रसाद ही संकल्पना इतर काही धर्मांप्रमाणे धार्मिक बंधन किंवा देवपूजेचा भाग मानली जात नाही. गौतम बुद्धयांनी अंधश्रद्धा, कर्मकांड आणि देवाला प्रसन्न करण्यासाठी केले जाणारे विधी यांना महत्त्व दिले नाही. बौद्ध धर्मात बुद्धांना देव मानले जात नाही, तर एक जागृत महापुरुष, तत्त्वज्ञ आणि महान गुरु म्हणून पाहिले जाते. त्यामुळे देवाला अन्न अर्पण करून ते "*पवित्र प्रसाद*" म्हणून ग्रहण करण्याची संकल्पना बौद्ध धर्मात आढळत नाही.

प्रसादाबाबत बौद्ध दृष्टिकोन

बौद्ध धर्मानुसार बुद्ध किंवा बुद्धमूर्ती अन्न ग्रहण करत नाहीत. त्यामुळे देवाला अर्पण केलेले अन्न पवित्र बनते, अशी धारणा येथे मान्य नाही. बौद्ध विचारसरणीत बाह्य कर्मकांडांपेक्षा भावना, नैतिकता आणि करुणेला अधिक महत्त्व दिले जाते. म्हणूनच अन्न अर्पण करण्यामागील उद्देश देवाला खुश करणे नसून, दुसऱ्यांच्या कल्याणासाठी वाटणे आणि दान करणे हा असतो.

दान आणि भिक्षादानाचे महत्त्व

बौद्ध धर्मात दान हे अत्यंत महत्त्वाचे पुण्यकर्म मानले जाते. अन्न, वस्त्र, औषध किंवा इतर आवश्यक वस्तू गरजूंना किंवा संघाला देणे हे श्रेष्ठ कार्य समजले जाते. तसेच भन्ते किंवा भिक्षूंना आदराने अन्न देणे, म्हणजे भिक्षादान, ही बौद्ध परंपरेतील महत्त्वाची प्रथा आहे. यामध्ये अहंकार नसून नम्रता, कृतज्ञता आणि करुणा यांचा भाव असतो.

सामूहिक भोजनाची परंपरा

अनेक बौद्ध उपासना, बुद्धवंदना किंवा धार्मिक कार्यक्रमांनंतर सर्वांनी एकत्र बसून भोजन करण्याची परंपरा आहे. महाराष्ट्रातील बौद्ध समाजात बुद्धवंदनेनंतर खीर, लाडू, फळे, चहा किंवा इतर खाद्यपदार्थ वाटले जातात.

मात्र त्याला धार्मिक अर्थाने "प्रसाद" असे न म्हणता दान, सामूहिक भोजन किंवा भोजन वाटप असे संबोधले जाते. हे अन्न सर्वांना समानपणे दिले जाते आणि त्यात जात, धर्म किंवा सामाजिक भेदभाव केला जात नाही. त्यामुळे ही परंपरा समता, बंधुता, करुणा आणि वाटणी या बौद्ध मूल्यांचे प्रतीक मानली जाते.

योग्य बौद्ध भूमिका

बौद्ध धर्मात अन्नापेक्षा भावना अधिक पवित्र मानली जाते. देवाला प्रसन्न करण्यासाठी अन्न अर्पण करण्यापेक्षा भुकेल्याला अन्न देणे अधिक श्रेष्ठ समजले जाते. म्हणूनच बौद्ध दृष्टिकोनातून "प्रसाद" पेक्षा दान अधिक महत्त्वाचे आहे. दया, करुणा आणि मानवसेवा यांद्वारेच खरे पुण्य मिळते, असे बौद्ध धर्म शिकवतो.

निष्कर्ष

थोडक्यात, बौद्ध धर्मात प्रसाद ही संकल्पना देवपूजा किंवा चमत्काराशी जोडलेली नसून, दान, समता आणि मानवसेवा यांशी संबंधित आहे. येथे अन्न पवित्र नसून त्यामागील करुणामय भावना पवित्र मानली जाते. त्यामुळे बौद्ध धर्माचा संदेश असा आहे की देवाला अर्पण करण्यापेक्षा गरजूंना मदत करणे आणि सर्वांसोबत वाटून खाणे हेच खरे पुण्यकर्म आहे.

✨ *"देवाला अर्पण करण्यापेक्षा गरजूंना मदत करणे आणि सर्वांसोबत वाटून खाणे, हेच बौद्ध धर्मातील खरे पुण्यकर्म मानले जाते."*

७ बौद्ध धर्मातील सण-समारंभ प्रसंगी प्रसाद वितरणाची परंपरा

बौद्ध धर्मात "प्रसाद" ही संकल्पना इतर काही धर्मांप्रमाणे देवपूजा किंवा धार्मिक बंधनाचा भाग मानली जात नाही. गौतम बुद्धयांनी अंधश्रद्धा आणि कर्मकांडांना महत्त्व दिले नाही, तसेच बुद्धांना देव नव्हे तर महान गुरु मानले जाते. त्यामुळे देवाला अन्न अर्पण करून ते "**पवित्र प्रसाद**" म्हणून वाटण्याची परंपरा बौद्ध धर्मात नाही. मात्र बौद्ध धार्मिक सणांमध्ये अन्न, वस्त्र, औषधे किंवा इतर उपयुक्त वस्तू गरजूंना, सामान्य लोकांना आणि भिक्षूंना वाटल्या जातात. खीर, लाडू, फळे, चहा किंवा सामूहिक भोजनाचे वाटप केले जाते, पण त्याला ***"प्रसाद न म्हणता"*** दान, सामूहिक भोजन किंवा भोजन वाटप असे म्हटले जाते. ही परंपरा समता, करुणा, बंधुता आणि मानवसेवा या बौद्ध मूल्यांचे प्रतीक मानली जाते.

परित्राण पाठात काय वाटले जाते ?

परित्राण पाठ म्हणजे रक्षण, मंगल आणि सद्भावनेसाठी केलेले धम्मपठण होय. या प्रसंगी "प्रसाद" ही संकल्पना नसून दान व सामायिक वाटपाला महत्त्व दिले जाते. सामान्यतः खीर, लाडू, साखर-पेढे, फळे, चहा, पाणी किंवा कधी कधी दूध यांचे वाटप केले जाते.

हे सर्व पदार्थ देवाला अर्पण केलेल्या प्रसादाप्रमाणे नसून मैत्री, करुणा आणि दानभावनेतून दिले जातात. त्यामुळे पूजा करून अन्न "पवित्र" ठरवणे, मंत्राने अन्न बदलते असा समज ठेवणे किंवा भेदभावाने वाटप करणे टाळले जाते. बौद्ध दृष्टिकोनानुसार भावना आणि हेतू शुद्ध असतील तर अन्न आपोआप पुण्यकारक ठरते.

बुद्ध जयंतीला काय वाटले जाते ?

बुद्ध जयंती हा आनंद, प्रेरणा आणि सामाजिक एकतेचा उत्सव मानला जातो. या दिवशी प्रभात फेरी, बुद्धवंदना, धम्मदेशना, सांस्कृतिक कार्यक्रम आणि सामूहिक भोजन यांचे आयोजन केले जाते. यावेळी खीर, गोड भात,

मिठाई, शरबत, पाणी तसेच धम्मपुस्तिका, पंचशील पत्रके, वही-पेन किंवा कपड्यांचे दान केले जाते. या उत्सवामागील मुख्य हेतू म्हणजे आनंद साजरा करणे, समता व बंधुता वाढवणे आणि धम्माचा प्रचार करणे हा असतो.

महापरिनिर्वाण दिनी काय वाटले जाते ?

महापरिनिर्वाण दिवस हा शांत, गंभीर आणि स्मरणाचा दिवस मानला जातो. या दिवशी बुद्धवंदना, मौन, धम्मपठण, परित्राण आणि अभिवादन सभा आयोजित केल्या जातात. प्रसंगी साधी खीर, फळे, चहा, पाणी किंवा हलका अल्पोपहार वाटला जातो. याशिवाय धम्म साहित्य, ब्लँकेट किंवा अन्नधान्य गरजूंना दान केले जाते. येथे उत्सवापेक्षा श्रद्धा, कृतज्ञता आणि धम्मचिंतनाला अधिक महत्त्व दिले जाते.

बौद्ध तीर्थक्षेत्रांहून परत आल्यावर काय वाटले जाते ?

अनेक लोक Mahabodhi Temple, लुंबिनी, सारनाथ किंवा इतर बौद्ध तीर्थक्षेत्रांहून परत आल्यावर श्रद्धेने काही वस्तू वाटतात. यात बोधिवृक्षाची पाने, धम्मपुस्तिका, बुद्धमूर्तीची छोटी प्रतिकृती, अगरबत्ती, फळे, मिठाई, खीर, चहा-पाणी किंवा स्मृतिचिन्हांचा समावेश असतो. काही जण गरिबांना अन्नदान, कपडे किंवा धम्मग्रंथ देतात. यामागील उद्देश पुण्याची वाटणी, प्रवासाच्या आनंदाचे सामायिकीकरण आणि धम्माविषयी प्रेरणा देणे हा असतो.

निष्कर्ष:- बौद्ध धर्मात “प्रसाद” पेक्षा **दान, सामूहिक भोजन आणि मानवसेवा** यांना अधिक महत्त्व दिले जाते. येथे अन्न किंवा वस्तू वाटण्यामागील मुख्य भावना म्हणजे करुणा, समता, बंधुता आणि सर्वांसोबत आनंद वाटणे ही आहे.

✨ *“बौद्ध परंपरेत अन्न किंवा वस्तूंचे वाटप हे प्रसाद म्हणून नव्हे, तर करुणा, दान आणि बंधुत्वाच्या भावनेचे प्रतीक मानले जाते.”*

८ सर्वोच्च धार्मिक प्रमुख आहे का?

बौद्ध धर्मात इतर काही धर्मांप्रमाणे एकच "सर्वोच्च धार्मिक प्रमुख" नाही. गौतम बुद्धयांनी स्वतः कोणालाही अंतिम धर्मगुरू किंवा उत्तराधिकारी घोषित केले नव्हते. त्यांनी "धम्म आणि विनय" हाच पुढील काळातील मार्गदर्शक असल्याचे सांगितले. कालांतराने बौद्ध धर्म विविध परंपरांमध्ये विभागला गेला आणि प्रत्येक परंपरेत स्वतंत्र आदरणीय भिक्षू, संघनायक किंवा आध्यात्मिक नेते निर्माण झाले.

थेरवाद (Theravāda)

थेरवाद परंपरा ही बौद्ध धर्मातील सर्वात प्राचीन परंपरा मानली जाते. या परंपरेत बुद्धांच्या मूळ शिकवणींना अधिक महत्त्व दिले जाते. पाली त्रिपिटक हा या परंपरेचा मुख्य आधार आहे. येथे भिक्षुसंघ, ध्यान आणि शिस्तबद्ध जीवनावर भर दिला जातो. थेरवादात एकच जागतिक प्रमुख नसला तरी प्रत्येक देशात "संघराजा" किंवा प्रमुख भिक्षू असतो. ही परंपरा प्रामुख्याने India, श्रीलंका, Thailand, म्यानमार, Cambodia आणि Laos येथे आढळते.

महायान (Mahāyāna) / "हीनयान"

महायान परंपरेतही एकच सर्वोच्च प्रमुख नाही. विविध देशांमध्ये वेगवेगळ्या शाखा आणि गुरु परंपरा विकसित झाल्या आहेत. या परंपरेत बोधिसत्त्व मार्ग, करुणा आणि सर्व जीवांच्या मुक्तीच्या संकल्पनेला विशेष महत्त्व दिले जाते. महायान परंपरेत अनेक सूत्रे, तत्त्वज्ञान आणि साधना पद्धती आहेत. ही परंपरा मुख्यतः चीन, जपान, South Korea, Vietnam आणि Taiwan येथे प्रचलित आहे.

वज्रयान (Vajrayāna)

वज्रयान किंवा तंत्रयान ही महायानाची एक विशेष शाखा मानली जाते. या परंपरेत गुरु-शिष्य परंपरेला खूप महत्त्व आहे. Dalai Lama हे जगातील

सर्वात प्रसिद्ध बौद्ध नेत्यांपैकी एक आहेत, परंतु ते संपूर्ण बौद्ध धर्माचे "सर्वोच्च प्रमुख" नाहीत. ते मुख्यतः तिबेटी वज्रयान परंपरेचे आध्यात्मिक नेते आहेत. ही परंपरा प्रामुख्याने तिबेट, Bhutan, Mongolia आणि Nepalच्या काही भागांत आढळते.

नवयान (Navayāna)

नवयान ही आधुनिक भारतीय बौद्ध चळवळ आहे. या परंपरेत समता, सामाजिक न्याय, मानवतावाद आणि जातिव्यवस्थेला विरोध यावर भर दिला जातो. डॉ. बाबासाहेब आंबेडकर.यांनी या चळवळीला नवे स्वरूप दिले. नवयान परंपरा मुख्यतः Indiaमध्ये आढळते.

भारतातील परिस्थिती

भारतामध्येही संपूर्ण बौद्ध धर्मासाठी एकच "सर्वोच्च प्रमुख" नाही. विविध बौद्ध संघटना, विहार आणि परंपरांचे स्वतंत्र नेते किंवा भंते असतात. नवयान परंपरेत डॉ. बाबासाहेब आंबेडकर यांना महान मार्गदर्शक आणि प्रेरणास्थान मानले जाते, तर हिमालयीन भागातील महायान-वज्रयान परंपरेत दलाई लामा यांना अत्यंत आदराने पाहिले जाते. तथापि, ते भारतातील किंवा जगातील सर्व बौद्धांचे अधिकृत सर्वोच्च प्रमुख नाहीत.

निष्कर्ष

थोडक्यात, बौद्ध धर्मात "पोप"सारखा एकच जागतिक धार्मिक प्रमुख नाही. प्रत्येक परंपरा आणि संघाची स्वतःची नेतृत्व व्यवस्था असली तरी सर्व बौद्ध परंपरांचा मूलाधार बुद्धांचे धम्म, करुणा आणि नैतिक जीवनाचे तत्वज्ञान हेच आहे.

९ बौद्ध धार्मिक शब्द आणि त्यांचे अर्थ

✿ मूलभूत तत्त्वांचे शब्द

- ❖ धम्म (धर्म) : बुद्धांनी सांगितलेला सत्याचा मार्ग – योग्य जीवन जगण्याची शिकवण.
- ❖ संग्ह (संघ) :- भिक्षू, भिक्षुणी आणि धम्माचा मार्ग चालणाऱ्या साधकांचा समुदाय.
- ❖ बुद्ध :- ज्यांना पूर्ण ज्ञानप्राप्ती झाली आहे – "जागृत झालेला".

मन आणि जीवनाशी संबंधित शब्द

- ❖ संसार:- जन्म-मृत्यूचे अखंड चक्र.
- ❖ कर्म:- आपली कृती (चांगली किंवा वाईट) जी भविष्यात परिणाम देते.
- ❖ विपाक:-कर्माचे फळ.
- ❖ दुःख :-जीवनातील अपूर्णता, असंतोष, वेदना.
- ❖ अनत्ता / अनात्म :- कोणतीही व्यक्ती, वस्तू किंवा भावना ही स्थायी आणि शाश्वत नसते.
- ❖ अनित्यता – जगातील प्रत्येक गोष्ट सतत बदलत असते आणि काहीही कायमचे नसते.
- ❖ आसक्ती कमी करणे :- म्हणजे इच्छांवर आणि मोहावर नियंत्रण ठेवून शांत, संतुलित आणि मुक्त मन तयार करणे.

साधनेशी संबंधित शब्द

- ❖ अष्टांगिक मार्ग :- मुक्तीकडे नेणारे आठ टप्पे:

सम्यक दृष्टि, संकल्प, वाणी, कर्म, आजीविका, प्रयास, स्मृती, समाधी

- ❖ शील:- नैतिक आचरण (खोटे न बोलणे, हिंसा न करणे इ.)
- ❖ समाधी :-मन एकाग्र व शांत करण्याची अवस्था.
- ❖ प्रज्ञा :- खरे ज्ञान – वस्तुस्थिती जशी आहे तशी पाहण्याची क्षमता.
- ❖ सती (स्मृती) :- जागरूकता – प्रत्येक क्षणात सजग राहणे.

❖ विपश्यना :-वस्तूंचे खरे स्वरूप पाहण्याची ध्यानपद्धती.

✿ आध्यात्मिक व्यक्तींचे शब्द

१) अरहंत (Arhat / अरिहंत) "अरहंत" म्हणजे असा व्यक्ती ज्याने लोभ, द्वेष, मोह यांसारख्या सर्व मानसिक विकारांचा पूर्ण नाश करून निर्वाण प्राप्त केले आहे. तो जन्म-मरणाच्या चक्रातून मुक्त झालेला असतो. थेरवाद बौद्ध परंपरेत अरहंत हा आध्यात्मिक साधनेचा सर्वोच्च आदर्श मानला जातो. गौतम बुद्धयांचे अनेक शिष्य जसे सारिपुत्त आणि महामोग्गल्लान हे अरहंत मानले जातात.

२) बोधिसत्त्व (Bodhisattva) "बोधिसत्त्व" म्हणजे बुद्धत्व प्राप्त करण्याच्या मार्गावर असलेली व्यक्ती. ती स्वतःच्या मुक्तीसोबतच सर्व जीवांच्या कल्याणासाठी कार्य करण्याची प्रतिज्ञा करते. म्हणजे "ज्ञानप्राप्तीसाठी प्रयत्न करणारा आणि इतरांच्या मुक्तीसाठी कार्य करणारा".

३) तथागत (Tathāgata)- "तथागत" हा गौतम बुद्धयांच्यासाठी वापरला जाणारा अत्यंत आदरणीय शब्द आहे. "तथागत" या शब्दाचे दोन प्रमुख अर्थ सांगितले जातात – "तथा + आगत" म्हणजे सत्य जाणून आलेला, आणि "तथा + गत" म्हणजे सत्याच्या मार्गाने गेलेला. म्हणजेच, जो अंतिम सत्य जाणून पूर्ण मुक्त झाला आहे असा ज्ञानी आणि जागृत पुरुष, त्याला "तथागत" म्हटले जाते.

४ वयधम्मा संखारा – अप्पमादेन संपादेथ"- ही वाणी गौतम बुद्ध यांनी आपल्या महापरिनिर्वाणाच्या वेळी सांगितलेली अंतिम शिकवण मानली जाते. "सर्व निर्माण झालेल्या गोष्टी नाशवान आहेत; म्हणून जागरूकतेने आपले कार्य (धर्मसाधना) पूर्ण करा."

डॉ. बाबासाहेब आंबेडकरांच्या मते, "वयधम्मा संखारा – अप्पमादेन संपादेथ" याचा अर्थ जीवनातील दुःख, अन्याय आणि भेदभाव कायमचे नसून ते जागरूकता, शिक्षण, नैतिक आचरण आणि समाजसेवेच्या माध्यमातून दूर

करता येतात. मानवतेच्या आणि समाजकल्याणाच्या कार्यासाठी सतत प्रयत्नशील राहणे, हाच अर्थपूर्ण जीवनाचा खरा मार्ग आहे.

५ **निर्वाण-** जिवंत असताना लोभ, द्वेष, मोह यांचा पूर्ण नाश होणे.

६ **महापरिनिर्वाण :-** शरीराचा अंत झाल्यावर पुनर्जन्म न होणे – अंतिम मुक्ती.

७ **"हीनयान" शब्दाबद्दल-** "हीनयान" हा शब्द पूर्वी काही महायान ग्रंथांमध्ये वापरला जात असे, पण आज तो अनेकांना अपमानास्पद वाटू शकतो. त्यामुळे आधुनिक काळात "हीनयान" ऐवजी थेरवाद हा शब्द वापरणे अधिक योग्य आणि आदरपूर्ण मानले जाते.

✨ *"बौद्ध धर्मातील बहुतेक शब्द दुःख समजून घेणे, मन शुद्ध करणे, आणि मुक्तीकडे जाणे याभोवती फिरतात."*

खंड ३ : साधना, संघजीवन आणि धार्मिक आचरण

या खंडामध्ये बौद्ध साधना, प्रार्थना, संघजीवन आणि धार्मिक आचरण यांचे सविस्तर वर्णन करण्यात आले आहे. वंदना, सुत्तपठण, विपश्यना साधना, वर्षावास, दानपरंपरा आणि बौद्ध सण यांद्वारे धम्माचे व्यावहारिक स्वरूप स्पष्ट केले आहे. भंतेजींचे संघजीवन, शिस्त आणि धार्मिक परंपरांचा अभ्यासही या खंडात समाविष्ट आहे. तसेच प्रेरणादायी बौद्ध व्यक्तिमत्त्वांच्या कथांमधून नैतिकता, परिवर्तन आणि धम्ममार्गाचा संदेश दिला आहे.

१ बौद्ध प्रार्थना,

✿ प्रारंभिक वंदना

नमो तस्स भगवतो अरहतो सम्मासंबुद्धस्स (३ वेळा)

त्या भगवंत, अरहंत, पूर्ण ज्ञानप्राप्त बुद्धांना नमस्कार.

✿ बुद्ध वंदना

इति पि सो भगवा अरहं सम्मासंबुद्धो
विज्जाचरणसम्पन्नो सुगतो लोकविदू
अनुत्तरो पुरिसदम्स्सारथी सत्था देवमनुस्सानं
बुद्धो भगवाति

भगवंत बुद्ध हे अर्हत आहेत, म्हणजेच ते सर्व दोष, क्लेश आणि विकारांपासून पूर्णपणे मुक्त झालेले आहेत. त्यांनी स्वतःच्या प्रज्ञेच्या बळावर जीवनाचे आणि विश्वाचे अंतिम सत्य जाणले असल्याने ते सम्यक संबुद्ध म्हणून ओळखले जातात. ते ज्ञान, शील आणि सदाचाराने परिपूर्ण असून त्यांनी स्वतः उत्तम मार्गाचा अवलंब करून मुक्ती प्राप्त केली. तसेच त्यांनी या जगाचे खरे स्वरूप पूर्णपणे जाणून घेतले आणि इतरांनाही त्याचा मार्ग दाखविला. ते मनुष्यांना योग्य दिशेने मार्गदर्शन करणारे सर्वोत्तम सारथी, देव आणि मनुष्यांचे महान गुरु व शिक्षक आहेत. पूर्णपणे जागृत, करुणामय आणि पूजनीय अशा या महान व्यक्तिमत्त्वाला आपण भगवंत बुद्ध म्हणून वंदन करतो.

✿ धम्म वंदना

स्वाक्खातो भगवता धम्मो

संदिट्ठिको अकालिको एहिपस्सिको

ओपनयिको पच्चत्तं वेदितब्बो विञ्ञूही

भगवंत बुद्धांनी उपदेश केलेला धम्म उत्तम प्रकारे सांगितलेला, स्पष्ट आणि कल्याणकारी आहे. हा धम्म प्रत्यक्ष अनुभवून पाहता येणारा असून त्याचे परिणाम जीवनात जाणवतात. तो काळाच्या बंधनात अडकलेला नसून कोणत्याही युगात आणि कोणत्याही व्यक्तीसाठी तितकाच उपयुक्त आहे. बुद्धांचा धम्म प्रत्येकाला "या आणि स्वतः पाहा" असे आवाहन करतो, कारण तो अंधश्रद्धेवर नव्हे तर अनुभवावर आधारित आहे. हा धम्म मनुष्याला मुक्तीच्या मार्गाकडे घेऊन जाणारा आहे. त्याचे खरे स्वरूप आणि लाभ प्रत्येक सुज्ञ व्यक्ती स्वतःच्या अनुभवातून जाणू शकते.

संघ वंदना

सुपटिपन्नो भगवतो सावकसंग्हो

उजुपटिपन्नो भगवतो सावकसंग्हो

ञायपटिपन्नो भगवतो सावकसंग्हो

सामीचिपटिपन्नो भगवतो सावकसंग्हो

यदिदं चत्तारि पुरिसयुगानि अट्ठ पुरिसपुग्गला

भगवंतांचा शिष्यसंघ उत्तम आचरण करणारा आहे. तो बुद्धांनी सांगितलेल्या मार्गाचे प्रामाणिकपणे पालन करतो आणि सदाचारपूर्ण जीवन जगतो. हा संघ सरळ, प्रामाणिक आणि सत्याच्या मार्गाने चालणारा असून त्यामध्ये कपट, फसवणूक किंवा वाकडेपणाला स्थान नाही. योग्य समज, योग्य विचार आणि योग्य आचरण यांच्या आधारावर तो न्याय्य जीवन जगण्याचा प्रयत्न करतो. तसेच हा संघ शिस्तबद्ध, आदरयुक्त आणि संतुलित जीवन जगणारा आहे. चार पुरुषयुगांमध्ये विभागलेला आणि आठ आर्य पुरुषांनी युक्त असा हा संघ जगासाठी पुण्यक्षेत्र व आदर्श मानला जातो.

(प्रारंभिक वंदना)

नमो तस्स भगवतो अरहतो सम्मासंबुद्धस्स (३ वेळा)

त्या भगवंत, अरहंत, पूर्ण ज्ञानप्राप्त बुद्धांना नमस्कार.

त्रिशरण मंत्र (पाली भाषेत)

बुद्धं सरणं गच्छामि

धम्मं सरणं गच्छामि

सङ्घं सरणं गच्छामि

मी भगवान बुद्धांच्या मार्गदर्शनात आश्रय घेतो, कारण त्यांनी मानवजातीला दुःखमुक्तीचा आणि कल्याणाचा मार्ग दाखविला आहे. मी बुद्धांनी उपदेश केलेल्या सत्य, करुणा आणि प्रज्ञेवर आधारित धम्मात आश्रय घेतो, जो जीवनाला योग्य दिशा देतो. तसेच मी त्या धम्माचे आचरण करणाऱ्या आणि समाजाला सदाचाराचा मार्ग दाखविणाऱ्या साधुसंघात आश्रय घेतो. बुद्ध, धम्म आणि संघ या त्रिरत्नांवर श्रद्धा ठेवून मी नैतिक, शांततामय आणि कल्याणकारी जीवन जगण्याचा संकल्प करतो.

पंचशील (पाली भाषेत)

पाणातिपाता वेरमणी सिक्खापदं समाधियामि

अदिन्नादाना वेरमणी सिक्खापदं समाधियामि

कामेसु मिच्छाचार वेरमणी सिक्खापदं समाधियामि

मुसावादा वेरमणी सिक्खापदं समाधियामि

सुरा मेरय मज्ज पमादट्ठाना वेरमणी सिक्खापदं समाधियामि

पंचशील म्हणजे नैतिक आणि सदाचारी जीवन जगण्याची प्रतिज्ञा होय. यामध्ये कोणत्याही सजीवाची हिंसा न करणे, चोरी न करणे, अनैतिक वर्तन टाळणे, खोटे न बोलणे आणि मद्य व मादक पदार्थांपासून दूर राहणे यांचा समावेश आहे. पंचशीलाचे पालन केल्याने व्यक्तीचे चारित्र्य घडते, कुटुंबात सौहार्द निर्माण होते आणि समाजात शांतता व बंधुभाव वाढीस लागतो. त्यामुळे पंचशील हा केवळ धार्मिक उपदेश नसून सुखी आणि आदर्श जीवनाचा पाया आहे.

ओवादा पातिमोक्ख गाथा”

सब्बपापस्स अकरणं कुसलस्स उपसंपदा
सचित्तपरियोदपनं एतं बुद्धाना सासनं

बुद्धांच्या उपदेशानुसार मनुष्याने स्वतःला आणि इतरांना दुःख देणारी सर्व पापकर्मे टाळावीत. त्याऐवजी करुणा, दया, सत्य, संयम आणि सदाचार यांसारख्या चांगल्या गुणांची जोपासना करावी. तसेच केवळ बाह्य आचरण शुद्ध ठेवणे पुरेसे नसून मनातील वाईट विचार, लोभ, द्वेष आणि मत्सर दूर करून मन निर्मळ करण्याचा प्रयत्न करावा. सर्व पापांपासून दूर राहणे, सद्कर्म करणे आणि मन शुद्ध ठेवणे, हाच बुद्धांच्या धम्माचा सार आहे.

१□ मंगल सुत्त - निवडक ओळी

असेवनाच बालानं पण्डितानञ्च सेवना
पूजा च पूजनीयानं एतं मंगलमुत्तमं॥
मातापितु उपट्ठानं पुत्तदारस्स सङ्गहो
अनाकुला च कम्मन्ता एतं मंगलमुत्तमं॥
गारवो च निवातो च सन्तुट्ठी च कतन्युता

मूर्ख, दुष्ट आणि चुकीच्या मार्गावर नेणाऱ्या व्यक्तींची संगत टाळून ज्ञानी, सद्गुणी आणि चांगल्या विचारांच्या लोकांचा सहवास ठेवणे हे जीवनाच्या प्रगतीसाठी आवश्यक आहे. तसेच आदरास पात्र व्यक्तींचा सन्मान करणे आणि त्यांच्याकडून प्रेरणा घेणे हे शुभ जीवनाचा पाया मानले जाते.

आई-वडिलांची सेवा व काळजी घेणे, पत्नी-पती आणि मुलांप्रती असलेल्या जबाबदाऱ्या प्रेमाने पार पाडणे तसेच प्रामाणिक, शांततापूर्ण आणि इतरांना त्रास न देणारा व्यवसाय करणे हेही सर्वोत्तम मंगल मानले गेले आहे. याशिवाय इतरांबद्दल आदराची भावना ठेवणे, नम्रपणे वागणे, जीवनात समाधान मानणे आणि मिळालेल्या गोष्टींबद्दल कृतज्ञ राहणे हे सुखी आणि मंगलमय जीवनाचे महत्त्वाचे गुण आहेत. हे सर्व आचरणात आणणे म्हणजेच खऱ्या अर्थाने सर्वोत्तम मंगल होय.

२ रतन सुत्त - निवडक भाग

यं किंचि वित्तं इध वा हुरं वा
सग्गेसु वा यं रतनं पणीतं
न नो समं अत्ति तथागतेन
इदं पि बुद्धे रतनं पणीतं
एतेन सच्चेन सुवत्ति होतु॥

या जगात किंवा स्वर्गलोकात कितीही मौल्यवान धन, संपत्ती अथवा श्रेष्ठ रत्ने असली, तरी त्यांची तुलना भगवान बुद्धांशी होऊ शकत नाही. कारण बुद्धांनी मानवजातीला दुःखमुक्तीचा मार्ग, सत्याचा प्रकाश आणि कल्याणाचा संदेश दिला आहे. त्यांच्या प्रज्ञा, करुणा आणि महान जीवनकार्यामुळे ते सर्व रत्नांमध्ये सर्वोत्तम रत्न मानले जातात. म्हणूनच बुद्ध हेच खरे आणि अनुपम रत्न आहेत. या सत्याच्या सामर्थ्याने सर्वांचे मंगल, कल्याण आणि रक्षण होवो, अशी मंगलकामना व्यक्त केली जाते.

३ करणीय मेत्ता सुत्त - निवडक भाग

सुखिनो वा खेमिनो होंतु सब्बे सत्ता भवंतु सुखितत्ता॥
माता यथा नियं पुत्तं आयुसा एकपुत्तमनुरक्खे
एवम्पि सब्बभूतेसु मानसं भावये अपरिमाणं॥

सर्व प्राणी सुखी, सुरक्षित आणि शांतचित्त राहोत, अशी मंगल भावना प्रत्येकाने आपल्या मनात जोपासावी. जशी आई आपल्या एकुलत्या एक मुलावर निःस्वार्थ प्रेम करते आणि त्याचे जीवापाड रक्षण करते, तशीच प्रेम, मैत्री आणि करुणेची भावना आपण सर्व प्राणिमात्रांप्रती बाळगावी. कोणाबद्दलही द्वेष, मत्सर किंवा वैरभाव न ठेवता सर्वांच्या कल्याणाची इच्छा करावी. आपल्या मनात असीम प्रेम, दया आणि सद्भावना वाढविणे हाच या उपदेशाचा मुख्य संदेश आहे. अशा मैत्रीपूर्ण आणि करुणामय भावनेमुळे स्वतःचे आणि समाजाचेही कल्याण होते.

✨ शेवटची मंगलकामना

भवतु सब्ब मंगलं
रक्खन्तु सब्ब देवता
सब्ब बुद्धानुभावेन
सदा सोत्थी भवंतु ते

सर्वांचे मंगल होवो, देवता तुमचे रक्षण करो, सर्व बुद्धांच्या कृपेने तुम्हाला सदैव कल्याण लाभो. हा पाठ केवळ स्तुती नसून आदर, कृतज्ञता आणि साधनेची आठवण आहे. यात आपण बुद्धांच्या गुणांची आठवण करून स्वतःमध्ये ते गुण वाढवण्याची प्रेरणा घेतो.

हा श्लोक धम्मपदाच्या १८३ व्या गाथेतून घेतलेला आहे. धम्मपद हा पाली भाषेतील बौद्ध धर्माचा प्रमाणित (कॅनॉनिकल) ग्रंथ असून, तो बुद्धांच्या श्लोकात्मक उपदेशांचा संग्रह आहे.

२ बौद्ध धम्मातील आत्मपरिवर्तन आणि विपश्यना साधना

विपश्यना मनशुद्धी आणि समाजपरिवर्तनाचा वैज्ञानिक मार्ग

आजच्या धकाधकीच्या, तणावपूर्ण आणि स्पर्धात्मक जीवनात मनुष्याला सर्वाधिक त्रास देणारी गोष्ट म्हणजे अस्थिर मन राग, द्वेष, मत्सर, लोभ, असहिष्णुता आणि मानसिक ताण यामुळे व्यक्ती, कुटुंब आणि समाज अस्थिर होत चालला आहे. अशा परिस्थितीत मनाला स्थैर्य देणारा, आत्मपरीक्षण शिकवणारा आणि समाजाला शांततेकडे नेणारा मार्ग म्हणजे विपश्यना ध्यान साधना होय.

विपश्यना म्हणजे काय?

विपश्यना" हा शब्द पाली भाषेतून आला आहे. "वि" म्हणजे विशेष किंवा सखोल आणि "पश्यना" म्हणजे पाहणे. म्हणजेच विपश्यना म्हणजे स्वतःच्या मन-शरीराचे सखोल निरीक्षण करणे. ही साधना प्राचीन भारतात प्रचलित होती आणि तिला पुनर्जीवित करून जगाला दिले ते गौतम बुद्धयांनी.

बुद्धांनी सांगितले की, दुःखाचे मूळ बाहेर नसून आपल्या मनातील प्रतिक्रिया आहेत. म्हणूनच त्यांनी आत्मनिरीक्षणाचा मार्ग दिला – जसे आहे तसे पाहणे आणि समत्व राखणे.

विपश्यनेचे तत्त्वज्ञान

विपश्यना साधना मानवी जीवनातील **तीन** महत्त्वाच्या सत्यांवर आधारित आहे – अनित्यता, दुःख आणि अनात्म. या तत्त्वांनुसार जगातील प्रत्येक गोष्ट सतत बदलणारी आहे, आसक्तीमुळे दुःख निर्माण होते आणि कोणतीही गोष्ट कायमस्वरूपी नसते. जेव्हा मनुष्य शरीरातील संवेदना आणि मनातील विचार यांचे समभावाने निरीक्षण करतो, तेव्हा त्याच्या

मनातील राग-द्वेष कमी होऊ लागतात. परिणामी त्याच्या विचारांत, वर्तनात आणि जीवनदृष्टीत सकारात्मक परिवर्तन घडते.

समाजासाठी विपश्यनेचे महत्त्व

आजच्या समाजात वाढती हिंसा, तणाव, व्यसनाधीनता आणि कौटुंबिक कलह ही गंभीर समस्या बनली आहे. या सर्व समस्यांच्या मुळाशी असंयमित आणि अस्थिर मन कार्यरत असते.

विपश्यना साधना व्यक्तीला संयम, सहनशीलता आणि नैतिकता शिकवते. ती मनाला शांत आणि विवेकी बनवते. व्यक्तीच्या अंतर्मनात बदल घडला की त्याचा परिणाम कुटुंबावर होतो, आणि कुटुंब बदलले की समाजातही सकारात्मक परिवर्तन घडते. त्यामुळे विपश्यना ही केवळ वैयक्तिक साधना नसून समाजपरिवर्तनाची प्रभावी चळवळ मानली जाते.

विपश्यना शिबिरे आणि जागतिक प्रसार

आज जगभरात विपश्यना शिबिरे आयोजित केली जातात. विशेषतः S. N. Goenka यांच्या माध्यमातून ही साधना अनेक देशांत पोहोचली. भारतात तसेच जगातील अनेक कारागृहांमध्येही ही साधना दिली गेली आणि त्यातून कैद्यांच्या वर्तनात सकारात्मक बदल दिसून आला. हेच तिचे सामाजिक महत्त्व अधोरेखित करते.

विपश्यना कशी केली जाते ?

साधारणपणे विपश्यना साधनेसाठी दहा दिवसांचे निवासी शिबिर आयोजित केले जाते. या शिबिरांमध्ये मौन पाळणे आवश्यक असते. मोबाईल, पुस्तके आणि इतर मनोरंजनाची साधने वापरण्यास परवानगी नसते. दररोज सुमारे दहा ते अकरा तास ध्यान केले जाते आणि संपूर्ण दिनक्रम अत्यंत शिस्तबद्ध असतो. या कठोर पण प्रभावी साधनेमुळे व्यक्तीला स्वतःच्या मनाचे सखोल निरीक्षण करण्याची संधी मिळते.

धर्मनिरपेक्ष आणि वैज्ञानिक दृष्टिकोन

विपश्यना ही कोणत्याही विशिष्ट धर्माशी मर्यादित नसलेली ध्यान पद्धती आहे. ती धर्मनिरपेक्ष आणि वैज्ञानिक दृष्टिकोनावर आधारित आहे. या साधनेमध्ये अंधश्रद्धा, कर्मकांड किंवा देवपूजा नसून केवळ आत्मनिरीक्षणावर भर दिला जातो. त्यामुळे कोणत्याही धर्म, पंथ किंवा समाजातील व्यक्ती ही साधना करू शकते. मनाचे निरीक्षण आणि शुद्धीकरण हा तिचा मुख्य उद्देश असल्यामुळे आधुनिक काळातही तिचे महत्त्व वाढत आहे.

निष्कर्ष

विपश्यना म्हणजे स्वतःकडे प्रामाणिकपणे पाहण्याची कला आणि मन शुद्ध करण्याची वैज्ञानिक पद्धत होय. ती दुःखातून मुक्त होण्याचा मार्ग दाखवते. तथागत गौतम बुद्धयांनी सांगितलेले "***"अत्त दीपो भव"*** म्हणजे स्वतःच स्वतःचा दीप बना, हे वचन विपश्यनेच्या तत्त्वज्ञानाशी पूर्णतः सुसंगत आहे. विपश्यना म्हणजे त्या अंतर्गत प्रकाशाकडे नेणारा मार्ग होय.

आजच्या तणावग्रस्त युगात विपश्यना ही काळाची गरज बनली आहे. ती मनाला स्थैर्य देते, व्यक्तिमत्त्व घडवते आणि समाजात शांतता, करुणा व सौहार्द निर्माण करण्यास मदत करते. प्रत्येक व्यक्तीने आपल्या मनातील राग-द्वेष कमी करण्याचा प्रयत्न केला, तर समाजात प्रेम, समता आणि मानवता आपोआप वाढू शकते. त्यामुळे विपश्यना ही स्वतःपासून सुरू होणारी एक शांततामय समाजक्रांती आहे.

✨ *"विपश्यना ही मनशुद्धीपासून समाजशुद्धीकडे नेणारी शांत, वैज्ञानिक आणि परिवर्तनकारी साधना आहे."*

३ बौद्ध धम्मातील वर्षावास परंपरा

वर्षावास म्हणजे पावसाळ्यात भिक्षूंनी एका ठिकाणी स्थिर राहून साधना, ध्यान आणि धम्मअभ्यास करण्याचा विशेष काळ होय. गौतम बुद्धयांनी भिक्षूंना पावसाळ्यात सतत भ्रमंती न करता एका ठिकाणी राहण्याची परंपरा सुरू केली. पाली भाषेत वर्षावासाला “वस्सा” (Vassa) असे म्हटले जाते.

हा काळ साधारणपणे आषाढ पौर्णिमेपासून (july) सुरू होऊन आश्विन पौर्णिमेपर्यंत (oct) चालतो, म्हणजे सुमारे तीन महिने असतो. या काळात भिक्षू विहारात राहून ध्यान, शील, धम्मपठण आणि आत्मचिंतन यांवर अधिक भर देतात. तसेच गृहस्थ उपासकही या काळात दान, अष्टशील आणि धार्मिक साधनेत अधिक सहभागी होतात.

वर्षावास का सुरू झाला ?

भगवान बुद्धांच्या काळात भिक्षू वर्षभर पायी भ्रमण करून धर्मप्रसार करत असत. मात्र पावसाळ्यात रस्ते चिखलाने भरलेले असत आणि त्या काळात लहान जीव-जंतू, कीटक तसेच रोपे मोठ्या प्रमाणात वाढत असत. अशा परिस्थितीत चालताना नकळत जीवहत्या होण्याची शक्यता निर्माण होत होती. तेव्हा बुद्धांनी भिक्षूंना पावसाळ्याच्या काळात एका ठिकाणी राहून साधना, अध्ययन आणि धर्मचर्चा करण्याचा नियम घातला. अनावश्यक प्रवास टाळून शांततेत साधना करण्याच्या या परंपरेला **“वर्षावास”** असे म्हटले जाऊ लागले.

वर्षावासात भिक्षू काय करतात?

वर्षावास हा केवळ एका ठिकाणी थांबण्याचा काळ नसून गंभीर साधना आणि आत्मविकासाचा विशेष कालावधी मानला जातो. या काळात भिक्षू ध्यान (समाधी साधना), धम्मअध्ययन आणि बुद्धवचनांचे चिंतन यावर अधिक भर देतात. तसेच शीलांचे अधिक कठोर पालन, आत्मपरीक्षण, प्रवचन आणि धम्मचर्चा यांद्वारे आध्यात्मिक प्रगती करण्याचा प्रयत्न केला

जातो. त्यामुळे वर्षावास हा एका प्रकारच्या आध्यात्मिक साधना शिबिरासारखा मानला जातो.

👥 गृहस्थ लोकांची भूमिका

वर्षावासात फक्त भिक्षूच नव्हे तर गृहस्थ उपासक आणि उपासिकाही सक्रियपणे सहभागी होतात. ते भिक्षूंना भोजनदान करतात, विहारात जाऊन धम्मश्रवण करतात आणि अधिक शील पाळण्याचा प्रयत्न करतात. अनेकजण ध्यान, दान आणि धार्मिक साधनेतही सहभागी होतात. त्यामुळे वर्षावास हा संपूर्ण बौद्ध समाजासाठी पुण्य, साधना आणि आध्यात्मिक उन्नतीचा महत्त्वाचा काळ मानला जातो.

○ वर्षावासाचा शेवट - प्रवारणा दिवस

तीन महिन्यांच्या वर्षावासानंतर आश्विन पौर्णिमेला "प्रवारणा" हा विशेष दिवस साजरा केला जातो. या दिवशी भिक्षू संघासमोर स्वतःच्या चुका किंवा त्रुटी कबूल करतात आणि आत्मपरीक्षण करतात. यामुळे संघातील शुद्धता, शिस्त आणि परस्पर विश्वास टिकून राहण्यास मदत होते. प्रवारणा हा आत्मशुद्धी, नम्रता आणि आध्यात्मिक प्रगतीचा महत्त्वाचा भाग मानला जातो.

प्रवारणेनंतर "कठीण चिवरदान" या परंपरेची सुरुवात होते. या प्रसंगी गृहस्थ भक्त भिक्षूंना नवीन चिवर (वस्त्र) अर्पण करतात. हे दान आदर, कृतज्ञता आणि पुण्यभावनेतून केले जाते. या परंपरेमुळे भिक्षू आणि गृहस्थ समाज यांच्यातील संबंध अधिक दृढ होतात.

निष्कर्ष वर्षावासाचे पालन केल्याने भिक्षूंना आत्मशांती, संयम, ज्ञान आणि साधनेत स्थैर्य प्राप्त होते. तसेच समाजालाही धम्म, करुणा, शिस्त आणि सदाचाराचा प्रेरणादायी संदेश मिळतो.

✨ "*वर्षावास हा साधना, आत्मपरीक्षण आणि धम्मवृद्धीचा असा पवित्र कालखंड आहे, जो व्यक्ती आणि समाजाला शील, करुणा व प्रज्ञेच्या मार्गावर दृढपणे पुढे नेतो.*"

४ बौद्ध धम्मातील परित्राण पाठ आणि मंगलपरंपरा

“परिनर्तन पाठ” हा शब्द बहुतेक वेळा “परित्राण पाठ” (Paritta Path) या अर्थाने वापरला जातो. बौद्ध परंपरेत परित्राण पाठ म्हणजे संरक्षण, शांती आणि मंगलभाव निर्माण करण्यासाठी केलेले सुत्त पठण होय. “परित्राण” हा पाळी भाषेतील शब्द असून त्याचा अर्थ संरक्षण, आपत्तीपासून बचाव तसेच कल्याण आणि मानसिक शांती असा होतो.

भगवान गौतम बुद्धयांनी सांगितलेल्या काही विशेष सुत्तांचे श्रद्धेने आणि एकाग्रतेने पठण केले जाते. या पठणामुळे मनाला धैर्य, शांतता आणि सकारात्मक ऊर्जा मिळते, तसेच भय, चिंता आणि अस्वस्थता कमी होण्यास मदत होते असे मानले जाते. त्यामुळे बौद्ध समाजात परित्राण पाठाला धार्मिक तसेच मानसिक आधार देणारी महत्त्वाची परंपरा मानले जाते.

📖 **परित्राण पाठात कोणते सुत्त येतात ?** वेगवेगळ्या बौद्ध परंपरांमध्ये थोडाफार फरक असतो, पण सामान्यतः हे सुत्त म्हणले जातात:

१. **मंगल सुत्त (Mangala Sutta)**:- जीवनातील खरे मंगल काय आहे हे सांगते – चांगली, संगत, सदाचार, संयम, कृतज्ञता.

२. **रत्न सुत्त (Ratana Sutta):-** बुद्ध, धम्म आणि संघ या त्रिरत्नांचे गुण सांगून संरक्षणाची भावना निर्माण करते.

३. **मेत्ता सुत्त (Metta Sutta):-**सर्व प्राणिमात्रांप्रती मैत्रीभाव ठेवण्याचा उपदेश.

४. **करणीय मेत्ता सुत्त:-**प्रेम, करुणा, अहिंसा यांचे महत्व स्पष्ट करते.

५. **धजग्ग सुत्त:-**भीती, चिंता कमी करण्यासाठी धैर्य देणारा उपदेश.

परित्राण पाठ कधी केला जातो ?

परित्राण पाठ विविध मंगल प्रसंगी आणि विशेष परिस्थितींमध्ये केला जातो. नवीन घरात प्रवेश करताना, मुलाच्या जन्मानंतर कुटुंबाच्या मंगलासाठी

तसेच आजारपणाच्या काळात मानसिक धैर्य आणि सकारात्मकता निर्माण करण्यासाठी त्याचे पठण केले जाते. प्रवासाला जाण्यापूर्वी किंवा कोणत्याही संकटाच्या काळातही परित्राण पाठ केला जातो. याशिवाय पौर्णिमा, अमावस्या, उपोसथ दिवस यांसारख्या धार्मिक प्रसंगी तसेच स्मरणदिन, पुण्यस्मरण आणि इतर धम्मकार्यक्रमांमध्येही परित्राण पाठाचे आयोजन केले जाते. श्रद्धा, शांती आणि कल्याणाची भावना वृद्धिंगत करण्यासाठी हा पाठ महत्त्वाचा मानला जातो.

परित्राण पाठाचा खरा अर्थ (फक्त चमत्कार नव्हे)

बौद्ध धम्मात परित्राण पाठाला जादू किंवा चमत्कार मानले जात नाही. त्याऐवजी हा मनाला स्थैर्य देणारा आणि सकारात्मक विचार वाढविणारा आध्यात्मिक मार्ग मानला जातो. या पठणामुळे भीती कमी होते, श्रद्धा आणि नैतिकता मजबूत होते तसेच सामूहिक पठणामुळे एकात्मता आणि सकारात्मक ऊर्जा निर्माण होते. त्यामुळे खरे संरक्षण बाहेरून नसून व्यक्तीच्या आतल्या मनोबलातून तयार होते, असा बौद्ध धम्माचा दृष्टिकोन आहे.

♫ परित्राण पाठ कसा केला जातो ?

परित्राण पाठ करताना भंते किंवा उपासक पाळी भाषेत सुत्तांचे पठण करतात आणि लोक शांतपणे हात जोडून बसतात. काही ठिकाणी पवित्र पाणी, ज्याला "पिरित पाणी" म्हटले जाते, ते शिंपडण्याची प्रथा देखील आहे. पठणाच्या शेवटी सर्वांना मंगलकामना दिल्या जातात. या संपूर्ण प्रक्रियेमुळे मनात शांतता, श्रद्धा आणि सकारात्मकता निर्माण होते.

निष्कर्ष:- परित्राण पाठ म्हणजे बुद्धांच्या मंगलमय आणि संरक्षण देणाऱ्या उपदेशांचे श्रद्धेने केलेले पठण होय. ही परंपरा मनाला धैर्य, शांतता आणि आत्मविश्वास प्रदान करते. त्यामुळे परित्राण पाठ हा केवळ धार्मिक विधी नसून मानसिक स्थैर्य, नैतिकता आणि समाजातील सौहार्द वाढविणारा एक महत्त्वपूर्ण आध्यात्मिक मार्ग मानला जातो.

५ बौद्ध धम्मातील दान, सेवा आणि परोपकार परंपरा

परित्राण पाठ, पारित्त किंवा इतर धम्म कार्यक्रमासाठी भंतेजी घरी आल्यावर त्यांना आदरपूर्वक दान देण्याची परंपरा बौद्ध धर्मात प्राचीन काळापासून चालत आलेली आहे. बौद्ध धम्मात दानाला अत्यंत महत्त्व दिले जाते. मात्र, दान करताना रकमेपेक्षा दानामागील भावना अधिक महत्त्वाची मानली जाते. दान हे केवळ वस्तू किंवा पैसा देणे नसून श्रद्धा, नम्रता, करुणा आणि कृतज्ञता व्यक्त करण्याचा मार्ग मानला जातो.

भंतेजींना दिले जाणारे दान

भंतेजींना घरी आल्यावर सर्वप्रथम अन्नदान केले जाते. साधारणपणे सकाळचे किंवा दुपारचे भोजन आदराने दिले जाते. अनेक ठिकाणी साधे, शुद्ध आणि शाकाहारी अन्न देण्याची परंपरा आहे. याशिवाय वस्त्रदानालाही विशेष महत्त्व आहे. भगवे वस्त्र, चादर, टॉवेल किंवा इतर आवश्यक वस्तू भिक्षूंना दान केल्या जातात. काहीजण औषधदान म्हणून आरोग्यास उपयुक्त वस्तू किंवा साधी औषधे देतात. तसेच स्वच्छ बसण्याची जागा, पिण्याचे पाणी आणि आवश्यक सुविधा उपलब्ध करून देणे हे देखील दानाचाच एक भाग मानले जाते.

उपयुक्त वस्तूंचे दान

अनेक वेळा भंतेजींच्या दैनंदिन जीवनात उपयोगी पडणाऱ्या वस्तूंचे दान देखील केले जाते. छत्री, चप्पल, भांडी, डबा, बॅग किंवा धम्मग्रंथ यांसारख्या वस्तू भिक्षूंना उपयोगी पडतात. अशा प्रकारचे दान उपयुक्त आणि पुण्यकारक मानले जाते, कारण त्यातून भिक्षूंच्या साधनेला मदत मिळते.

पैशांचे दान आणि योग्य पद्धत

अनेकांच्या मनात भंतेजींना पैसे द्यावेत का, असा प्रश्न निर्माण होतो. काही बौद्ध परंपरांमध्ये भिक्षू थेट पैसे स्वीकारत नाहीत, तर काही आधुनिक परंपरांमध्ये ते स्वीकारले जातात. त्यामुळे शक्य असल्यास संघ किंवा

व्यवस्थापकामार्फत दान देणे अधिक योग्य मानले जाते. दानासाठी कोणतीही निश्चित रक्कम नसते. प्रत्येकाने आपल्या क्षमतेनुसार आणि श्रद्धेनुसार दान द्यावे. काहीजण लहान कार्यक्रमात कमी रक्कम देतात, तर मोठ्या कार्यक्रमात अधिक दान केले जाते. परंतु रक्कम किती आहे यापेक्षा भावना किती शुद्ध आहे, याला अधिक महत्त्व दिले जाते.

दानामागील खरी भावना

बौद्ध धर्मानुसार दान हे व्यवहार नसून मनशुद्धीचा मार्ग आहे. त्यामुळे दान करताना अपेक्षारहित, नम्र आणि आनंदी भावना असणे आवश्यक मानले जाते. दिखावा, स्पर्धा किंवा इतरांशी तुलना करण्याऐवजी श्रद्धा आणि सद्भावनेने केलेले दान अधिक मौल्यवान समजले जाते. शुद्ध मनाने दिलेले छोटे दानही मोठ्या दानाइतकेच महत्त्वाचे मानले जाते.

निष्कर्ष:

भंतेजींना दान देताना अन्न, वस्त्र, औषधे आणि उपयुक्त वस्तूंना प्राधान्य दिले जाते. पैसे द्यायचे असल्यास ते आपल्या क्षमता आणि परंपरेनुसार द्यावेत. परंतु सर्वांत महत्त्वाची गोष्ट म्हणजे दानामागील शुद्ध भावना.

✨ “दानाची किंमत रकमेने मोजली जात नाही, ती दात्याच्या मनाच्या शुद्धतेने ठरते.”

६ बौद्ध धर्मातील प्रमुख सण आणि त्यांचे महत्त्व

बौद्ध धर्मातील सण हे केवळ आनंद किंवा उत्सव साजरे करण्यासाठी नसतात, तर ते भगवान बुद्धांचे जीवन, धम्म आणि साधना यांची आठवण करून देणारे पवित्र दिवस मानले जातात. प्रत्येक सणामागे एखादी प्रेरणादायी घटना, कथा किंवा ऐतिहासिक प्रसंग जोडलेला असतो. या सणांमधून करुणा, मैत्री, शील, ध्यान, दान आणि आत्मशुद्धी यांचा संदेश दिला जातो. म्हणून बौद्ध सण हे फक्त बाह्य उत्सव नसून, ते आध्यात्मिक प्रगतीचा मार्ग मानले जातात.

१) माघ पूर्णिमा (संघ दिन) – February

माघ पौर्णिमेच्या दिवशी भगवान बुद्ध ज्या ठिकाणी राहत होते, तेथे एक अद्भुत घटना घडली. कोणतीही पूर्वसूचना किंवा बोलावणे नसताना १२५० अरहंत भिक्षू स्वतःहून बुद्धांना भेटण्यासाठी आले. सर्व भिक्षू बुद्धांचे शिष्य होते आणि त्यांनी उच्च आध्यात्मिक अवस्था प्राप्त केली होती. त्या दिवशी बुद्धांनी त्यांना शुद्ध जीवन, संयम आणि धम्माचा उपदेश दिला. त्यामुळे हा दिवस "संघ दिन" म्हणून साजरा केला जातो.

या दिवशी विहारात जाऊन संघ वंदना, ध्यान आणि शील पालन केले जाते. अनेक लोक धम्मदेशना ऐकतात आणि भिक्षूंना दान देतात. हा दिवस संघातील एकता, शिस्त आणि साधनेची आठवण करून देतो.

२) बुद्ध पूर्णिमा (वेसाक) – April / May

बौद्ध धर्मातील सर्वात पवित्र सण म्हणजे बुद्ध पूर्णिमा किंवा वेसाक. वैशाख पौर्णिमेच्या दिवशी भगवान बुद्धांच्या जीवनातील तीन महान घटना घडल्या असे मानले जाते – जन्म, ज्ञानप्राप्ती आणि महापरिनिर्वाण.

लुंबिनीच्या सुंदर उद्यानात राणी मायादेवींनी एका सालवृक्षाला धरून तेजस्वी बालकाला जन्म दिला – तोच सिद्धार्थ गौतम. पुढे अनेक वर्षे

सत्याचा शोध घेतल्यानंतर बोधगयेत बोधीवृक्षाखाली त्यांना ज्ञानप्राप्ती झाली आणि ते बुद्ध झाले. नंतर वयाच्या ८० व्या वर्षी कुशीनगर येथे त्यांनी महापरिनिर्वाण प्राप्त केले. म्हणून हा दिवस बौद्ध धर्मात अत्यंत पवित्र मानला जातो.

या दिवशी लोक बुद्धमूर्तीसमोर फुले, अगरबत्ती आणि दीप अर्पण करतात. विहारात जाऊन धम्मदेशना ऐकली जाते, ध्यान केले जाते आणि पंचशील पाळले जाते. अनेक जण गरीबांना दान देऊन करुणा आणि मैत्रीचा संदेश पसरवतात.

३) धम्मचक्र प्रवर्तन दिन (आषाढ पूर्णिमा) – July / August

ज्ञानप्राप्तीनंतर भगवान बुद्ध सारनाथ येथे गेले. तेथे त्यांचे पाच जुने साथीदार होते. बुद्धांनी त्यांना पहिले धम्मप्रवचन दिले आणि चार आर्यसत्य व अष्टांगिक मार्ग समजावून सांगितला. यालाच "धम्मचक्र प्रवर्तन" म्हणजे धम्माचे चक्र फिरू लागणे असे म्हणतात.

या दिवशी धम्मप्रवचन, धम्मअभ्यास आणि साधना केली जाते. अनेक भिक्षू याच दिवशी वर्षावासाची सुरुवात करतात. लोक आत्मशुद्धी आणि साधनेसाठी नवे संकल्प करतात.

४) वर्षावास (वस्सा) – July to October

वर्षावास म्हणजे पावसाळ्यात भिक्षूंनी एका ठिकाणी राहून साधना करण्याचा काळ. पाली भाषेत याला "वस्सा" म्हणतात. हा काळ साधारण आषाढ पौर्णिमेपासून सुरू होऊन आश्विन पौर्णिमेपर्यंत म्हणजे सुमारे तीन महिने चालतो.

भगवान बुद्धांच्या काळात भिक्षू वर्षभर पायी फिरून धर्मप्रसार करीत असत. पण पावसाळ्यात रस्ते चिखलाने भरलेले असत आणि अनेक लहान जीव-जंतू, कीटक व रोपे वाढलेली असत. चालताना नकळत जीवहत्या होण्याची शक्यता वाढत असे. तेव्हा बुद्धांनी करुणेने नियम केला की पावसाळ्यात

भिक्षूंनी एका ठिकाणी राहून साधना करावी आणि अनावश्यक प्रवास टाळावा.

वर्षावासात भिक्षू ध्यान, धम्म अध्ययन, शील पालन आणि आत्मपरीक्षण करतात. गृहस्थ लोक भिक्षूंना भोजनदान करतात, विहारात जाऊन धम्म ऐकतात, अधिक शील पाळतात आणि दानधर्म करतात. त्यामुळे वर्षावास हा संपूर्ण बौद्ध समाजासाठी साधना आणि पुण्याचा विशेष काळ मानला जातो.

५) प्रवारणा दिन

तीन महिन्यांच्या वर्षावासानंतर भिक्षू एकत्र बसून नम्रतेने म्हणतात – "माझ्याकडून काही चूक झाली असेल तर कृपया सांगा." ही परंपरा भगवान बुद्धांनीच सुरू केली. यामागचा उद्देश म्हणजे आत्मपरीक्षण, शिस्त आणि संघातील मैत्री वाढवणे. या दिवशी भिक्षू परस्परांच्या चुका स्वीकारून सुधारण्याचा प्रयत्न करतात. प्रवारणा दिनी संघ एकत्र येतो, आत्मपरीक्षण केले जाते आणि शिस्त अधिक मजबूत करण्याचा संकल्प केला जातो.

६) कठीण चिवरदान

पूर्वी भिक्षूंची वस्त्रे जुनी आणि फाटकी होत असत. तेव्हा गृहस्थांनी भिक्षूंना कापड देऊन एका दिवसात वस्त्र शिवून तयार करण्याची परंपरा सुरू केली. हे काम कठीण असल्यामुळे त्याला "कठीण चिवरदान" असे नाव पडले.

या दिवशी भिक्षूंना चिवरदान केले जाते. विहारात मोठे कार्यक्रम होतात, भोजनदान, प्रवचन आणि सामूहिक दानकार्य केले जाते. हा सण दान आणि संघसेवेचे प्रतीक मानला जातो.

७) धम्मदीक्षा दिवस – १४ ऑक्टोबर

१४ ऑक्टोबर १९५६ रोजी Dr. डॉ. बाबासाहेब आंबेडकर.यांनी Nagpur येथे लाखो अनुयायांसह बौद्ध धर्म स्वीकारला. हा दिवस भारतीय बौद्ध समाजासाठी समता, स्वाभिमान आणि नवजीवनाचा दिवस मानला जातो.

या दिवशी धम्मदीक्षा कार्यक्रम, त्रिशरण आणि पंचशील ग्रहण, धम्मसभा आणि सामाजिक सेवा कार्यक्रम आयोजित केले जातात. अनेक लोक बुद्ध आणि बाबासाहेबांच्या विचारांची आठवण करून समाजजागृतीचे कार्य करतात.

८) उपोषथ / उपोसथ दिवस

प्रत्येक पौर्णिमा, अमावस्या आणि काही विशेष तिथींना बौद्ध लोक उपोषथ दिवस पाळतात. या दिवशी गृहस्थ उपासक-उपासिका आठ शील पाळतात, ध्यान करतात आणि विहारात जाऊन धम्म ऐकतात. हा दिवस मनशुद्धी, संयम आणि साधनेसाठी विशेष मानला जातो.

❁ बौद्ध सणांचे सामायिक वैशिष्ट्य

बौद्ध धर्मातील विविध सण आणि उत्सवांमध्ये काही समान वैशिष्ट्ये दिसून येतात. या सणांमध्ये सांगितल्या जाणाऱ्या कथा लोकांना प्रेरणा, नैतिक मूल्ये आणि योग्य जीवनाचा संदेश देतात. साधना, ध्यान आणि धम्मचिंतन यांमुळे मन शांत, स्थिर आणि शुद्ध करण्यास मदत होते. दानाला विशेष महत्त्व दिले जाते, कारण त्यामुळे करुणा, उदारता आणि मानवसेवा वाढते. तसेच शील पालनामुळे जीवन अधिक शिस्तबद्ध, नैतिक आणि संयमी बनते. या सर्व गोष्टींचा मुख्य उद्देश धम्माच्या मार्गाने दुःखातून मुक्तीकडे वाटचाल करणे हा असतो.

✨ निष्कर्ष

बौद्ध सण हे केवळ उत्सव नसून, ते बुद्धांच्या शिकवणीची आठवण करून देणारे आध्यात्मिक दिवस आहेत. हे सण लोकांना करुणा, शांती, समता आणि आत्मशुद्धीच्या मार्गावर चालण्याची प्रेरणा देतात.

७ भंतेजींचे आचार आणि जीवनपद्धती

बौद्ध धर्मातील भंतेजी किंवा भिक्षू हे साधेपणा, शिस्त आणि संयम यांचे प्रतीक मानले जातात. ते भगवान बुद्धांनी सांगितलेल्या धम्ममार्गावर चालण्याचा प्रयत्न करतात. त्यांच्या जीवनाचा मुख्य उद्देश भौतिक सुखांचा पाठलाग करणे नसून, मनाची शुद्धी, आत्मविकास आणि निर्वाणाच्या मार्गावर प्रगती करणे हा असतो. म्हणूनच भंतेजींचे जीवन लोभ, अहंकार, दिखावा आणि आसक्तीपासून दूर असते.

भंतेजी पंचशील, विनय नियम आणि बुद्धांच्या शिकवणीचे पालन करतात. विनय पिटकात भिक्षूंसाठी अनेक नियम सांगितलेले आहेत, ज्यामुळे त्यांचे जीवन शिस्तबद्ध राहते. ते नियमितपणे ध्यान करतात, धम्माचा अभ्यास करतात, प्रवचन देतात आणि आत्मपरीक्षण करतात. अनेक भंतेजी अत्यंत अल्प वस्तूंमध्ये समाधान मानून साधेपणाने जीवन जगतात.

भिक्षूंच्या जीवनात करुणा, मैत्री, शांतता आणि सहनशीलता यांना विशेष महत्त्व दिले जाते. ते कोणत्याही व्यक्तीविषयी द्वेष न ठेवता सर्वांशी नम्रतेने वागण्याचा प्रयत्न करतात. त्यामुळे समाजात त्यांना आदराचे स्थान प्राप्त होते. त्यांच्या आचार-विचारांमधून लोकांना नैतिकता, शांती आणि सदाचाराचा संदेश मिळतो.

संयम आणि शिस्त

भंतेजींच्या जीवनात संयमाला अत्यंत महत्त्व असते. त्यातील एक महत्त्वाचा नियम म्हणजे दुपारी १२ नंतर घन अन्न न घेणे. हा नियम शरीर आणि मनावर नियंत्रण ठेवण्यासाठी पाळला जातो. यामुळे साधेपणा, आरोग्य आणि शिस्त टिकून राहते. भिक्षू आवश्यकतेपुरतेच अन्न ग्रहण करतात आणि अति खाणे टाळतात.

तसेच भंतेजी साधेपणाचे जीवन जगतात. ते अत्यावश्यक वस्तूंव्यतिरिक्त इतर भौतिक सुखांचा त्याग करतात. साधे वस्त्र, साधी राहणी आणि अलंकाररहित जीवन हे त्यांच्या आचाराचे वैशिष्ट्य असते. दिखावा, महागड्या वस्तू किंवा ऐषआराम यापासून ते दूर राहतात.

ब्रह्मचर्य आणि इंद्रियसंयम

भिक्षू पूर्णपणे ब्रह्मचर्याचे पालन करतात. याचा अर्थ ते इंद्रियसंयम राखून संयमी जीवन जगतात. मन आणि इंद्रिये नियंत्रित ठेवणे हे साधनेचे महत्त्वाचे अंग मानले जाते. त्यामुळे ते सांसारिक आकर्षणांपासून दूर राहून आध्यात्मिक प्रगतीकडे लक्ष केंद्रित करतात.

सत्य आणि शुद्ध वाणी

भंतेजींना सत्य बोलणे आणि शुद्ध वाणी वापरणे आवश्यक मानले जाते. ते खोटे बोलणे, अपशब्द वापरणे, दुसऱ्यांची निंदा करणे किंवा वाद निर्माण करणारे बोलणे टाळतात. शांत, नम्र आणि हितकारक वाणी ही भिक्षूंची ओळख मानली जाते.

❋ अहिंसा आणि सदाचार

बौद्ध धर्मात अहिंसा अत्यंत महत्त्वाची मानली जाते. त्यामुळे भिक्षू कोणत्याही सजीवाला जाणीवपूर्वक इजा करत नाहीत. लहान जीव-जंतूंपासून ते सर्व प्राणिमात्रांबद्दल करुणेची भावना ठेवली जाते. त्याचप्रमाणे भिक्षू चोरी किंवा अप्रामाणिकपणा टाळतात. दुसऱ्याची वस्तू विनापरवानगी घेणे हे चुकीचे मानले जाते. ते प्रामाणिकपणा आणि सदाचाराने जीवन जगण्याचा प्रयत्न करतात.

नशामुक्त आणि अलंकाररहित जीवन

भंतेजी मद्य, तंबाखू किंवा कोणत्याही प्रकारच्या व्यसनांपासून दूर राहतात. कारण नशेमुळे मन अस्थिर होते आणि साधनेत अडथळे निर्माण होतात. म्हणून नशामुक्त जीवन हे भिक्षूंच्या आचाराचे महत्त्वाचे अंग आहे. तसेच ते

अलंकार, सुगंधी वस्तू आणि दिखावा टाळतात. साधे भगवे वस्त्र आणि अलंकाररहित जीवन हे त्यांचे वैशिष्ट्य असते. यामागे अहंकार कमी करणे आणि साधेपणा जपणे हा उद्देश असतो.

ध्यान, धम्म अभ्यास आणि आत्मपरीक्षण

भिक्षू दररोज ध्यान आणि धम्म अभ्यास करतात. ध्यानामुळे मन शांत आणि एकाग्र होते, तर धम्म अभ्यासामुळे बुद्धांच्या शिकवणीचे ज्ञान वाढते. ते स्वतःच्या चुका ओळखून आत्मपरीक्षणही करतात. त्यामुळे त्यांच्या व्यक्तिमत्त्वात शांती, संयम आणि स्थिरता निर्माण होते.

भिक्षाटन आणि समाजाशी नाते

भिक्षू स्वतः कमाई करून जीवन जगत नाहीत. ते समाजाकडून भिक्षा स्वीकारून जीवन जगतात, यालाच भिक्षाटन म्हणतात. यामुळे त्यांच्यातील अहंकार कमी होतो आणि समाजाशी जवळचे नाते टिकून राहते. गृहस्थ लोक भिक्षूंना अन्नदान करून पुण्य मिळवतात, तर भिक्षू त्यांना धम्म आणि नैतिकतेचा मार्ग दाखवतात. अशा प्रकारे भिक्षू आणि समाज यांच्यात परस्पर सहकार्याचे नाते निर्माण होते.

निष्कर्ष:-यावरून स्पष्ट होते की भंतेजींचे जीवन हे बौद्ध धम्मातील आदर्श मूल्यांचे जिवंत प्रतीक आहे. त्यांच्या साधेपणा, करुणा आणि शिस्तबद्ध आचरणातून समाजाला नैतिकता, शांतता आणि सदाचाराची प्रेरणा मिळते. म्हणूनच भंतेजींप्रती आदर व्यक्त करणे म्हणजे व्यक्तीपूजा नव्हे, तर धम्म, ज्ञान आणि आदर्श जीवनमूल्यांचा सन्मान होय.

🛕 विहारात भंतेजींशी कसे वागावे ?

विहार हे पवित्र आणि शांततेचे स्थान मानले जाते. त्यामुळे विहारात प्रवेश करताना शांतता आणि शिस्त राखणे आवश्यक असते. भंतेजी दिसल्यास आदराने हात जोडून नमस्कार करावा. अनेक ठिकाणी “नमो बुद्धाय” किंवा “भंते” असे आदरपूर्वक संबोधन केले जाते.

भंतेजींशी बोलताना मोठ्याने बोलणे, हसत-खेळत गोंधळ करणे किंवा उद्धटपणे वागणे टाळावे. त्यांच्या बसण्याच्या जागेपेक्षा उंच जागेवर बसणे अनेक परंपरांमध्ये योग्य मानले जात नाही. धम्मदेशना सुरू असताना शांतपणे ऐकावे आणि मोबाईल किंवा इतर गोष्टींमुळे व्यत्यय आणू नये.

विहारात स्वच्छता राखणे, चप्पल योग्य ठिकाणी ठेवणे आणि बुद्धमूर्तीसमोर आदराने वागणे हेही महत्त्वाचे मानले जाते. भंतेजींना अन्न, पाणी किंवा इतर वस्तू देताना नम्रतेने द्यावे.

🚶 रस्त्यावर भंतेजी भेटल्यास कसे वागावे ?

रस्त्यावर भंतेजी भेटल्यास आदराने नमस्कार करावा. शक्य असल्यास त्यांना वाट द्यावी किंवा शांतपणे बाजूला व्हावे. काही लोक हात जोडून “नमो बुद्धाय” म्हणतात. हे आदर आणि श्रद्धेचे चिन्ह मानले जाते.

भंतेजी चालत असताना मोठ्याने हाक मारणे, विनाकारण फोटो काढणे किंवा विनोद करणे टाळावे. जर भंतेजी वृद्ध असतील किंवा त्यांना मदतीची गरज वाटत असेल, तर नम्रतेने मदत विचारावी. परंतु त्यांच्या वैयक्तिक साधना किंवा शांततेत अडथळा होणार नाही याची काळजी घ्यावी.

🏠 परित्राण पाठासाठी भंतेजींना घरी बोलावल्यावर कसे वागावे ?

परित्राण पाठ, धम्मदेशना किंवा इतर धार्मिक कार्यक्रमासाठी भंतेजींना घरी बोलावणे हे पुण्यकारक मानले जाते. अशा वेळी घर स्वच्छ आणि शांत ठेवण्याचा प्रयत्न केला जातो. भंतेजींसाठी स्वच्छ बसण्याची जागा, पिण्याचे पाणी आणि आवश्यक व्यवस्था करणे हे आदराचे चिन्ह मानले जाते.

भंतेजी घरी आल्यावर हात जोडून नमस्कार करावा आणि नम्रतेने स्वागत करावे. कार्यक्रम सुरू असताना शांतता राखावी आणि श्रद्धेने परित्राण पाठ ऐकावा. भंतेजींना भोजनदान द्यायचे असल्यास ते शक्यतो दुपारपूर्वी आदराने द्यावे.

कार्यक्रमानंतर भंतेजींना दान देताना दिखावा किंवा स्पर्धा न ठेवता श्रद्धा आणि शुद्ध भावनेने द्यावे. लहान मुले किंवा उपस्थित लोकांनीही आदराने वागावे, मोठ्याने गोंधळ करू नये.

भंतेजींशी वागताना काय लक्षात ठेवावे?

भंतेजींशी वागताना सर्वात महत्त्वाची गोष्ट म्हणजे – आदर, नम्रता आणि शिस्त. त्यांच्याकडे केवळ धार्मिक व्यक्ती म्हणून नव्हे, तर धम्माच्या मार्गदर्शक म्हणून पाहिले जाते. त्यामुळे त्यांच्याशी शांतपणे, विनम्रतेने आणि सन्मानपूर्वक वागणे हे बौद्ध संस्कृतीचे महत्त्वाचे मूल्य मानले जाते.

✨ निष्कर्ष

भंतेजींचा आदर करणे म्हणजे बुद्ध, धम्म आणि संघ यांचा सन्मान करणे होय. नम्रता, करुणा आणि शिस्तीने त्यांच्याशी वागल्यास आपल्या जीवनातही सदाचार आणि शांततेची भावना वाढते.

भंतेजींना १२ च्या आत जेवण का द्यावे ?

बौद्ध परंपरेमध्ये भंतेजींना किंवा भिक्षूंना दुपारी १२ वाजण्यापूर्वी अन्नदान करणे अत्यंत महत्त्वाचे मानले जाते. हा नियम भगवान बुद्धांनी भिक्षुसंघासाठी निर्धारित केलेल्या विनय शिस्तीचा एक महत्त्वपूर्ण भाग आहे. विनयानुसार भिक्षूंनी मध्यान्हानंतर घन अन्न ग्रहण करू नये, तर पाणी, काही पेये किंवा औषधी स्वरूपातील पदार्थ घेण्यास परवानगी असते.

या नियमामागे केवळ आहारविषयक मर्यादा नसून संयम, साधेपणा आणि आध्यात्मिक प्रगती यांचा गहन संदेश दडलेला आहे. मर्यादित वेळेत आणि आवश्यक तेवढेच अन्न घेतल्याने इंद्रियनिग्रह साधता येतो, इच्छांवर नियंत्रण ठेवण्यास मदत होते आणि आसक्ती कमी होते. भिक्षूंचे जीवन साधे, शिस्तबद्ध आणि ध्यानकेंद्रित राहावे हा यामागील मुख्य उद्देश आहे.

दुपारपूर्वी अन्न ग्रहण केल्याने शरीर हलके राहते, ज्यामुळे ध्यान, साधना आणि धम्माचा अभ्यास अधिक एकाग्रतेने करता येतो. अति भोजनामुळे निर्माण होणारा आळस आणि सुस्ती टाळण्यासाठीही हा नियम उपयुक्त मानला जातो. तसेच भिक्षूंनी अल्प गरजांमध्ये जीवन व्यतीत करावे आणि समाजावर कमीतकमी भार पडावा, ही भावना देखील या परंपरेत प्रतिबिंबित होते.

आजही अनेक पारंपरिक बौद्ध भिक्षू हा नियम काटेकोरपणे पाळतात. त्यामुळे गृहस्थांनी भंतेजींना अन्नदान करताना शक्यतो सकाळी किंवा दुपारी १२ वाजण्यापूर्वी भोजन द्यावे.

✨ **निष्कर्ष:-** भंतेजींना १२ वाजण्याच्या आत जेवण देणे हे बौद्ध विनय नियमांनुसार योग्य मानले जाते. हा नियम केवळ अन्नाशी संबंधित नसून, संयम, साधेपणा, शिस्त आणि आध्यात्मिक साधना यांचे प्रतीक आहे.

भंतेजींचे पाय पडणे व पाय धुणे योग्य आहे का ? : बौद्ध दृष्टिकोन

बौद्ध तत्वज्ञानानुसार भंतेजींच्या पाय पडणे किंवा त्यांचे पाय धुणे आवश्यक मानले जात नाही आणि साधारणतः या कृती टाळल्या जातात. अशा प्रथा मुख्यतः इतर काही धार्मिक किंवा सांस्कृतिक परंपरांमध्ये आढळतात, जिथे "वर-खाली", "श्रेष्ठ-कनिष्ठ" किंवा अत्यंत भक्तीभाव व्यक्त केला जातो. परंतु गौतम बुद्धयांनी समता, स्वाभिमान आणि तर्कपूर्ण विचार यांना महत्त्व दिले. त्यांनी स्पष्टपणे सांगितले की कोणताही मनुष्य जन्माने श्रेष्ठ नसतो. बुद्धांनी अहंकार, अंधश्रद्धा आणि व्यक्तिपूजा नाकारून "धम्म मोठा आहे, व्यक्ती नाही" यावर भर दिला.

भंतेजी हे धम्म शिक्षक, मार्गदर्शक आणि साधक असतात. त्यांना देव मानले जात नाही, तर आदरणीय गुरु म्हणून पाहिले जाते. त्यामुळे त्यांच्याबद्दल आदर व्यक्त करण्यासाठी हात जोडून नमस्कार करणे, शांतपणे वंदन करणे, "नमो बुद्धाय" किंवा "नमो तस्स भगवतो..." म्हणणे या पद्धती अधिक योग्य मानल्या जातात. काही ठिकाणी थोडे झुकून प्रणाम करण्याची प्रथाही दिसून येते. बौद्ध दृष्टिकोनानुसार खरा आदर म्हणजे त्यांच्या शिकवणी ऐकणे, समजून घेणे आणि जीवनात आचरणात आणणे होय.

काही लोक भावना, सांस्कृतिक सवयी किंवा इतर परंपरांच्या प्रभावामुळे भंतेजींच्या पाय पडतात किंवा पाय धुतात. मात्र, या कृती बौद्ध धर्माच्या मूलभूत तत्त्वांचा भाग मानल्या जात नाहीत. बौद्ध धर्मात समानता, नम्रता आणि स्वाभिमान यांना अधिक महत्त्व दिले जाते.

निष्कर्ष: बौद्ध धर्मात व्यक्तीपेक्षा धम्म श्रेष्ठ मानला जातो. त्यामुळे भंतेजींच्या पाय पडणे किंवा पाय धुण्यापेक्षा नम्रता, समता, सदाचार आणि धम्माच्या आचरणातून आदर व्यक्त करणे अधिक योग्य मानले जाते.

८ प्रेरणादायी व्यक्तिमत्त्वे

❁ अंगुलीमाळ - भीषण डाकूपासून मुक्त संतापर्यंतचा प्रवास

अंगुलीमाळ हा कोसल देशातील अत्यंत भयंकर डाकू म्हणून ओळखला जात असे. त्याच्या गळ्यात मानवी बोटांची माळ असल्यामुळे त्याला "अंगुलीमाळ" असे नाव पडले. मात्र तो जन्मतः क्रूर नव्हता. त्याचे मूळ नाव "अहिंसक" होते आणि तो बुद्धिमान व शांत स्वभावाचा विद्यार्थी होता. इतर विद्यार्थ्यांच्या हेव्यामुळे त्याच्या गुरूंनी त्याला हजार लोकांची बोटे आणण्याचा भयंकर आदेश दिला. अंध विश्वासामुळे तो हळूहळू हिंसक बनला.

एके दिवशी गौतम बुद्धत्या जंगलातून जात असताना अंगुलीमाळ त्यांना मारण्यासाठी धावला. पण बुद्ध शांतपणे चालत राहिले. शेवटी बुद्धांनी त्याला सांगितले, "मी हिंसा सोडली आहे, पण तू अजूनही हिंसेत अडकलेला आहेस." या शब्दांनी त्याच्या मनात परिवर्तन झाले. त्याने तलवार टाकून बुद्धांकडे शरण घेतले आणि पुढे भिक्षू बनला. नंतर त्याने ध्यान, संयम आणि पश्चात्तापाच्या मार्गाने साधना केली व अरहंत पद प्राप्त केले.

✨ **संदेश:** :-अंगुलीमाळाची कथा सांगते की कोणताही मनुष्य कायमचा वाईट नसतो. योग्य मार्गदर्शन, करुणा आणि आत्मपरिवर्तनामुळे अगदी क्रूर व्यक्तीही शांत आणि सदाचारी जीवन जगू शकते.

❁ अंबपाली - वैभवातून वैराग्याकडे

Amrapali वैशाली नगरीतील अतिशय सुंदर, श्रीमंत आणि प्रसिद्ध गणिका होती. राजे, सरदार आणि श्रीमंत लोक तिच्यासाठी आकर्षित होत असत. तिच्याकडे संपत्ती, सौंदर्य आणि प्रसिद्धी सर्व काही होते; तरीही तिच्या मनात एक रिकामेपणा होता.

एके दिवशी शहरात बातमी पसरली की बुद्ध वैशालीत आले आहेत. उत्सुकतेपोटी अंबपाली त्यांना पाहायला गेली. तिने बुद्धांच्या चेहऱ्यावर एक विलक्षण शांतता पाहिली – ज्यात लोभ, वासना किंवा अहंकार नव्हता. ती प्रभावित झाली आणि नम्रपणे म्हणाली, "**भगवंत, उद्या माझ्या घरी भिक्षा घ्याल का** ?"

त्याच वेळी काही राजकुमारांनीही बुद्धांना निमंत्रण दिले होते. पण बुद्धांनी आधी अंबपालीचे निमंत्रण स्वीकारले. राजकुमारांना हे आवडले नाही. त्यांनी तिला गणिका म्हणून कमी लेखले. पण बुद्ध म्हणाले, "**मनाची शुद्धता महत्त्वाची आहे.**"

दुसऱ्या दिवशी अंबपालीने आदराने भोजनदान केले. बुद्धांचे उपदेश ऐकताना तिच्या डोळ्यांत अश्रू आले. तिला जाणवले की सौंदर्य, शरीर आणि प्रसिद्धी हे सर्व नश्वर आहे. तिने आपली संपत्ती आणि बाग संघाला दान केली आणि पुढे भिक्षुणी बनली.

✨ **संदेश**: बाह्य जीवन काहीही असो, अंतःकरण शुद्ध झाले की मनुष्य बदलू शकतो.

✿ किसा गोतमी - दुःखातून सत्याकडे

किसा गोतमी एका गरीब कुटुंबातील स्त्री होती. तिचा लहान मुलगा तिच्या आयुष्याचा आधार होता. पण एके दिवशी तिच्या मुलाचा अचानक मृत्यू झाला. दुःखाने व्याकुळ झालेली किसा गोतमी मुलाला कुशीत घेऊन गावोगाव फिरत राहिली आणि लोकांना विनवू लागली, “कोणी औषध द्या, माझे बाळ जिवंत करा!”

लोकांनी तिला बुद्धांकडे जाण्याचा सल्ला दिला. ती रडत बुद्धांसमोर आली. बुद्धांनी तिला थेट नकार न देता प्रेमाने सांगितले, “मी औषध देईन; पण आधी त्या घरातून मोहरी घेऊन ये, जिथे कधी कोणी मरण पावले नाही.”

आशेने ती घराघरांत गेली. पण प्रत्येक घरात कोणीतरी मृत्यू अनुभवलेला होता – कुणाचे वडील, कुणाची आई, कुणाचा पती किंवा मूल. हळूहळू तिच्या मनात एक सत्य स्पष्ट झाले – मृत्यू हा केवळ तिच्याच आयुष्यात नाही, तर सर्वांच्या जीवनाचा भाग आहे. तिने मुलाचे दफन केले आणि बुद्धांकडे परत आली. धम्म ऐकल्यानंतर ती शांत झाली आणि पुढे भिक्षुणी बनली.

✦ **संदेश:** दुःख समजून स्वीकारल्यावरच मुक्तीच्या मार्गाची सुरुवात होते.

देवदत्त - मत्सराचे विनाशकारी रूप

Devadatta हा बुद्धांचा चुलत भाऊ होता. सुरुवातीला तो चांगला साधक होता, पण हळूहळू त्याच्या मनात मत्सर वाढू लागला. लोक बुद्धांचा आदर करत असल्यामुळे त्याला वाटू लागले की संघाचा नेता तोच व्हावा.

त्याने बुद्धांकडे संघाची जबाबदारी मागितली. पण बुद्धांनी शांतपणे सांगितले की नेतृत्वासाठी करुणा आणि प्रज्ञा आवश्यक असते, केवळ महत्त्वाकांक्षा नव्हे. यामुळे देवदत्त अधिकच रागावला. त्याने बुद्धांना मारण्यासाठी अनेक कट रचले – डोंगरावरून दगड लोटणे, मदमस्त हत्ती सोडणे आणि संघात फूट पाडण्याचा प्रयत्न करणे. परंतु बुद्ध प्रत्येक वेळी शांत राहिले. त्यांनी द्वेषाला द्वेषाने उत्तर दिले नाही. शेवटी देवदत्त एकटा पडला आणि त्याला पश्चात्ताप झाला.

✨ **संदेश**: मत्सर आणि अहंकार माणसाला आध्यात्मिक पतनाकडे नेतात.

✿ राहुल - सत्य आणि शिस्तीचा वारसा

Rahula हा बुद्धांचा पुत्र होता. सिद्धार्थ राजवाडा सोडून गेले तेव्हा राहुल लहान होता. नंतर बुद्ध कपिलवस्तूला परत आले तेव्हा राहुलने निरागसपणे आपल्या वडिलांकडे वारसा मागितला.

बुद्धांनी त्याला संपत्ती नव्हे तर धम्माचा वारसा दिला आणि भिक्षू दीक्षा दिली. एकदा बुद्धांनी राहुलला विचारले, "आरसा कशासाठी असतो ?" राहुल म्हणाला, "स्वतःचा चेहरा पाहण्यासाठी." तेव्हा बुद्ध म्हणाले, "तसेच प्रत्येक कृती करण्यापूर्वी स्वतःकडे पाहा – हे कृत्य इतरांना दुःख देईल का ?" राहुल पुढे सत्य, शिस्त आणि नम्रतेचा आदर्श भिक्षू बनला.

✨ **संदेश:** खरी संपत्ती म्हणजे नैतिक आणि शुद्ध जीवन.

🔥 महाकश्यप - परंपरेचे शांत रक्षक

Mahakasyapa हे बुद्धांचे अत्यंत गंभीर आणि तपस्वी शिष्य होते. त्यांना साधेपणा प्रिय होता. एकदा बुद्धांनी कोणताही शब्द न बोलता फक्त हातात कमळफूल धरले. सर्व भिक्षू गोंधळले, पण महाकश्यप हसले.

बुद्ध म्हणाले, "जे शब्दांत सांगता येत नाही, ते महाकश्यपांनी समजले." यालाच "मौन उपदेश" असे म्हटले जाते. बुद्धांच्या महापरिनिर्वाणानंतर महाकश्यपांनी संघातील शिस्त टिकवली आणि पहिली धर्मसभा आयोजित केली.

✨ **संदेश:** ध्यान, शिस्त आणि गूढ प्रज्ञा यांमुळे धम्मपरंपरा टिकून राहते.

या सर्व कथा बौद्ध धर्मातील विविध मानवी स्वभाव, प्रवृत्ती आणि जीवनातील परिवर्तनाचे दर्शन घडवतात. अंगुलीमाळ हिंसा, क्रौर्य आणि अज्ञानाचा मार्ग सोडून करुणा व सदाचाराकडे वळला. अंबपालीने ऐश्वर्य, संपत्ती आणि लौकिक वैभवाचा त्याग करून वैराग्याचा मार्ग स्वीकारला. किसा गोतमीने आपल्या वैयक्तिक दुःखाच्या अनुभवातून जीवनाचे सार्वत्रिक सत्य आणि अनित्यता समजून घेतली.

देवदत्त मात्र मत्सर, अहंकार आणि महत्त्वाकांक्षेमुळे अधोगतीकडे गेला, तर राहुलने सत्यनिष्ठा, शिस्त आणि सदाचार यांचा आदर्श समाजासमोर ठेवला. महाकश्यपांनी ध्यानसाधना, विनय आणि बौद्ध परंपरेचे जतन करण्यासाठी महत्त्वपूर्ण योगदान दिले. या सर्व कथा आपल्याला सांगतात की भगवान बुद्ध लोकांच्या चुका किंवा दोषांवर भर देत नसत; त्याऐवजी त्यांच्या मनातील अज्ञान, भ्रम आणि अंधार दूर करून त्यांना सत्य, प्रज्ञा आणि जागृतीच्या मार्गावर नेण्याचा प्रयत्न करत असत.

✨ *"या सर्व कथा दर्शवितात की प्रज्ञा, करुणा आणि सदाचाराच्या बळावर कोणत्याही व्यक्तीच्या जीवनात सकारात्मक परिवर्तन घडू शकते."*

खंड ४ : आधुनिक जीवन, संस्कृती आणि सामाजिक दृष्टिकोन

(समाज → संस्कृती → आधुनिकता → कुटुंब)

या खंडात आधुनिक समाज, संस्कृती, कुटुंबव्यवस्था आणि बदलत्या जीवनशैलीकडे बौद्ध दृष्टिकोनातून पाहण्याचा प्रयत्न करण्यात आला आहे. सामाजिक गैरसमज, आधुनिक उत्सव, सोशल मीडिया, व्यसनसंस्कृती, वैवाहिक परंपरा आणि कुटुंबव्यवस्थेवरील बौद्ध विचार येथे मांडले आहेत. डॉ. बाबासाहेब आंबेडकर.यांच्या विचारांचा प्रभाव, आंबेडकरी ओळख आणि आधुनिक बौद्ध समाजातील प्रश्नांचाही अभ्यास या खंडात समाविष्ट आहे. आधुनिक जीवनात संयम, समता, विवेक आणि करुणा यांचे महत्त्व अधोरेखित करणारा हा खंड बौद्ध विचारांचा समकालीन संदर्भ स्पष्ट करतो.

१ बौद्ध धर्मातील गैरसमज आणि वास्तव
बुद्ध आणि मूर्तिपूजा : एक संतुलित समज

२ बौद्ध प्रार्थनेत मेणबत्ती, दिवा किंवा अगरबत्ती – काय महत्त्वाचे ?

३ गौतम बुद्ध आणि डॉ. बाबासाहेब आंबेडकर यांच्या फोटोवर टिळा लावावा का ?

४ बौद्ध सणांमध्ये पांढरे वस्त्र परिधान करण्यामागील अर्थ

५ निळा रंग, बौद्ध धर्म आणि आंबेडकरी ओळख - वास्तव की गैरसमज ?

६ परित्राण धागा म्हणजे काय?

७. आधुनिक जीवन आणि बौद्ध दृष्टिकोन
(चित्रपट, प्रवास, क्रीडा व मनोरंजना)

१ बौद्ध धर्मातील गैरसमज आणि वास्तव

बुद्ध आणि मूर्तिपूजा : एक संतुलित समज

ऐतिहासिकदृष्ट्या पाहिले तर गौतम बुद्धयांच्या काळात बुद्धांच्या मूर्ती अस्तित्वात नव्हत्या. प्रारंभीच्या बौद्ध परंपरेत बुद्धांचे प्रत्यक्ष मानवी रूप दाखवण्याऐवजी काही प्रतीकांचा वापर केला जात असे. यामध्ये बोधीवृक्ष, रिक्त सिंहासन, पदचिन्हे आणि धर्मचक्र यांचा समावेश होता. या प्रतीकांद्वारे बुद्धांचे ज्ञान, उपस्थिती आणि धम्माची आठवण करून दिली जात असे.

काही शतकांनंतर, विशेषतः गांधार आणि मथुरा परंपरेत, बुद्धांच्या मूर्ती तयार होऊ लागल्या. त्या मूर्तींचा उद्देश देवतापूजा नव्हता, तर आदर, प्रेरणा आणि भक्ती व्यक्त करणे हा होता. त्यामुळे तत्त्वतः पाहता, बुद्धांनी स्वतः मूर्तिपूजा करण्याची आज्ञा दिली नव्हती. त्यांनी बाह्य पूजेपेक्षा अंतर्गत परिवर्तनाला अधिक महत्त्व दिले.

बागेत किंवा कॉरिडॉरमध्ये बुद्धांची मूर्ती ठेवणे चुकीचे आहे का ?

बौद्ध दृष्टिकोनातून पाहिले तर बुद्धांची मूर्ती घरात, बागेत किंवा कॉरिडॉरमध्ये ठेवणे स्वतःमध्ये चुकीचे मानले जात नाही. जर ती मूर्ती आदरपूर्वक ठेवली असेल, शांतता आणि सजगतेची आठवण करून देत असेल, तसेच नैतिक जीवन जगण्याची प्रेरणा देत असेल, तर तिचा सकारात्मक परिणाम होऊ शकतो. अनेक लोकांसाठी बुद्धमूर्ती घरात प्रसन्न, शांत आणि ध्यानमय वातावरण निर्माण करते.

परंतु मूर्ती ठेवण्यामागील हेतू (चेतना) अत्यंत महत्त्वाचा मानला जातो. जर ती केवळ सजावट, फॅशन, प्रतिष्ठा किंवा दिखावा म्हणून ठेवली जात असेल, तर त्याला आध्यात्मिक मूल्य राहत नाही. त्याचप्रमाणे मूर्तीचा अपमान होईल अशा ठिकाणी – जसे चपलांजवळ, कचऱ्याजवळ किंवा

अस्वच्छ जागी – ती ठेवणे अयोग्य मानले जाते. बौद्ध धर्मानुसार कृतीपेक्षा त्या कृतीमागील मनोभाव अधिक महत्त्वाचा असतो.

बुद्धांनी कोणत्या गोष्टींवर भर दिला ?

गौतम बुद्धयांनी मूर्ती, कर्मकांड किंवा बाह्य प्रदर्शन यांपेक्षा धम्माच्या आचरणावर भर दिला. त्यांनी विशेषतः धम्म (शिकवण), शील (नैतिक आचरण), प्रज्ञा (ज्ञान) आणि करुणा यांचे महत्त्व सांगितले.

बुद्धांनी कधीही "माझी मूर्ती ठेवा" असे सांगितले नाही. उलट त्यांनी लोकांना स्वतःचे जीवन बदलण्याचा मार्ग दाखवला. त्यांच्या मते खरा आदर म्हणजे राग, लोभ, मत्सर आणि अज्ञान कमी करून करुणा, समज आणि नैतिकता वाढवणे होय. त्यामुळे केवळ मूर्ती ठेवून उपयोग नाही; तिच्या प्रेरणेने जीवनात परिवर्तन घडवणे अधिक महत्त्वाचे आहे.

आंबेडकरी दृष्टिकोन

डॉ. बाबासाहेब आंबेडकर.यांनी स्पष्टपणे सांगितले की बौद्ध धर्म हा तत्त्वांचा आणि सामाजिक नैतिकतेचा धर्म आहे; तो केवळ कर्मकांडांचा धर्म नाही. नवयान बौद्ध दृष्टिकोनानुसार बुद्धांची मूर्ती समता, स्वाभिमान आणि मानवमुक्तीचे प्रतीक म्हणून ठेवणे योग्य मानले जाते.

परंतु जर सामाजिक नैतिकता, तर्कशुद्ध विचार आणि मानवी मूल्ये जीवनात नसतील, तर केवळ मूर्ती ठेवणे निरर्थक ठरते. आंबेडकरी विचारांमध्ये बुद्धांप्रती खरा आदर म्हणजे पंचशीलाचे पालन करणे, जातीय भेदभाव नाकारणे, स्वाभिमानाने जगणे आणि विवेकवादी दृष्टिकोन स्वीकारणे होय.

संतुलित अंतिम समज

बुद्धांची मूर्ती बागेत, घरात किंवा कॉरिडॉरमध्ये ठेवणे योग्य की अयोग्य हे मुख्यतः त्या मागील भावनेवर अवलंबून असते. जर ती आदर, सजगता आणि नैतिक प्रेरणेसाठी ठेवली असेल, तर ते योग्य मानले जाऊ शकते.

पण जर ती केवळ सजावट, प्रतिष्ठा किंवा दिखाव्यासाठी ठेवली असेल, तर तिचा आध्यात्मिक अर्थ हरवतो.

खऱ्या अर्थाने बुद्धांची प्रतिमा आपल्याला आत्मपरीक्षण करायला प्रवृत्त करायला हवी. ती पाहून आपण स्वतःला विचारले पाहिजे – मी माझा राग कमी करत आहे का ? मी लोभ कमी करत आहे का ? मी करुणा वाढवत आहे का ?

कारण बौद्ध धर्माचा मुख्य संदेश असा आहे की:
"बुद्धांची पूजा करण्यापेक्षा बुद्धांचे अनुसरण करणे श्रेष्ठ आहे."

२ बौद्ध प्रार्थनेत मेणबत्ती, दिवा किंवा अगरबत्ती –काय महत्त्वाचे ?

आज अनेक बौद्ध धार्मिक कार्यक्रमांमध्ये – जसे बुद्ध जयंती, धम्मचक्र प्रवर्तन दिन, सामूहिक वंदना किंवा श्रद्धांजली कार्यक्रम – मेणबत्ती प्रज्वलित करण्याची प्रथा दिसून येते. त्यामुळे अनेकांच्या मनात प्रश्न निर्माण होतो की, "जर मेणबत्ती उपलब्ध नसेल आणि आपण दिवा किंवा अगरबत्ती वापरली, तर ते बौद्ध धर्माचा अपमान मानले जाते का ?"

याचे सरळ उत्तर आहे – नाही. बौद्ध धर्मात मेणबत्ती, दिवा किंवा अगरबत्ती यांपैकी कोणती वस्तू वापरली जाते यापेक्षा, त्या मागील भावना, आदर आणि जागरूकता अधिक महत्त्वाची मानली जाते.

प्रकाशाचे प्रतीकात्मक महत्त्व

गौतम बुद्धयांनी अज्ञानाचा अंधकार दूर करून प्रज्ञेचा (ज्ञानाचा) प्रकाश दिला, असे बौद्ध परंपरेत मानले जाते. म्हणूनच बौद्ध धर्मात प्रकाशाला विशेष प्रतीकात्मक महत्त्व आहे.

🕯 मेणबत्ती, तेलाचा दिवा, किंवा अगरबत्ती – या सर्व गोष्टींचा उद्देश एकच असतो: ज्ञान, शांतता, सजगता आणि अंतर्मनातील जागृतीची आठवण करून देणे.

म्हणून जर मेणबत्ती उपलब्ध नसेल आणि आपण दिवा किंवा अगरबत्ती वापरली, तरी त्यात कोणताही अनादर नाही. उलट, श्रद्धा आणि आदरपूर्वक केलेली कोणतीही कृती अधिक महत्त्वाची मानली जाते.

🏛 मेणबत्ती अधिक का वापरली जाते ?

Deekshabhoomi येथे डॉ. बाबासाहेब आंबेडकर.यांनी १४ ऑक्टोबर १९५६ रोजी बौद्ध धर्माची दीक्षा घेतल्यानंतर मोठ्या प्रमाणात सार्वजनिक आणि सामूहिक बौद्ध कार्यक्रमांची परंपरा वाढली. अशा कार्यक्रमांमध्ये हजारो लोक

एकत्र येतात. त्यामुळे त्या ठिकाणी सुरक्षितता, स्वच्छता, धूर कमी होणे आणि सोयीस्कर व्यवस्था राखणे या गोष्टी अत्यंत महत्त्वाच्या ठरतात. अगरबत्ती मोठ्या प्रमाणात वापरल्यास धूर वाढू शकतो, तर तेलाचे दिवे सांडण्याची शक्यता असते. याउलट मेणबत्ती तुलनेने सुरक्षित, स्वच्छ आणि हाताळण्यास सोपी असल्यामुळे ती अधिक वापरली जाते.

मात्र याचा अर्थ असा नाही की दिवा किंवा अगरबत्ती वापरणे चुकीचे आहे. बौद्ध धर्मात कोणती वस्तू वापरली जाते यापेक्षा त्या कृतीमागील भावना आणि आदर अधिक महत्त्वाचा मानला जातो.

बौद्ध धर्मात हेतू सर्वात महत्त्वाचा

बौद्ध धर्म बाह्य कर्मकांडांपेक्षा अंतर्मनाच्या शुद्धतेवर भर देतो. गौतम बुद्धयांनी नेहमी शिकवले की केवळ विधी करून उपयोग नाही; जीवनात करुणा, शील, प्रज्ञा आणि सदाचार असणे अधिक महत्त्वाचे आहे. त्यामुळे मेणबत्ती वापरली तरी योग्य, दिवा लावला तरी योग्य, अगरबत्ती वापरली तरी योग्य, आणि अगदी कोणताही प्रकाश न वापरता शांतपणे ध्यान केले तरी तेही योग्य मानले जाते.

मेणबत्ती नसल्यास दिवा किंवा अगरबत्ती वापरणे बौद्ध धर्माचा अपमान नाही.

श्रद्धा, आदर आणि सजगतेने केलेली कोणतीही कृती योग्य मानली जाते. परंतु केवळ दिखावा, फॅशन किंवा अंधश्रद्धेसाठी केलेली कृती आध्यात्मिकदृष्ट्या निरर्थक ठरू शकते.

✨ *बौद्ध धर्मात बाह्य वस्तूपेक्षा अंतर्मनातील जागरूकता, श्रद्धा आणि प्रज्ञा यांनाच खरे महत्त्व दिले जाते.*

✨ *खरा "प्रज्ञेचा दीप" बाहेर नव्हे, तर आपल्या अंतःकरणात प्रज्वलित झाला पाहिजे – हाच बौद्ध धर्माचा मुख्य संदेश आहे.*

३ गौतम बुद्ध आणि डॉ. बाबासाहेब आंबेडकर यांच्या फोटोवर टिळा लावावा का?

साधारणपणे बौद्ध परंपरेत गौतम बुद्धयांच्या फोटो किंवा मूर्तीवर टिळा लावणे योग्य मानले जात नाही. यामागचे मुख्य कारण म्हणजे बौद्ध धर्म हा बाह्य कर्मकांड, धार्मिक चिन्हे आणि अंधश्रद्धेपेक्षा तर्क, समता, नैतिकता आणि अंतर्मनातील परिवर्तन यांना अधिक महत्त्व देतो. बुद्धांनी लोकांना बाह्य विधींमध्ये अडकण्याऐवजी स्वतःच्या आचरणात बदल घडवण्याचा मार्ग दाखवला.

बौद्ध धर्माचा मुख्य भर शील, प्रज्ञा, करुणा, समता आणि तर्कशुद्ध विचार यांवर आहे. त्यामुळे व्यक्तीची ओळख तिच्या कपड्यांवर, टिळ्यावर किंवा इतर बाह्य चिन्हांवर नसून तिच्या आचरणावर आधारित असावी, असे बुद्धांनी शिकवले. टिळा ही प्रथा मुख्यतः हिंदू धार्मिक आणि सांस्कृतिक परंपरेशी संबंधित मानली जाते. म्हणूनच अनेक बौद्ध विचारवंतांच्या मते बुद्धांच्या प्रतिमेला टिळा लावणे त्यांच्या मूळ शिकवणीशी सुसंगत वाटत नाही.

डॉ. बाबासाहेब आंबेडकर यांच्या फोटोवर टिळा लावायचा का ?

डॉ. बाबासाहेब आंबेडकर.यांच्या फोटोवरही अनेक आंबेडकरी अनुयायी टिळा लावणे टाळतात. यामागे धार्मिक कारणांपेक्षा वैचारिक भूमिका अधिक महत्त्वाची आहे. बाबासाहेबांनी जातिव्यवस्था, अस्पृश्यता आणि कर्मकांडप्रधान सामाजिक रचना यांच्यावर कठोर टीका केली होती. त्यांनी आयुष्यभर वैज्ञानिक दृष्टिकोन, विवेकवाद, शिक्षण आणि सामाजिक न्याय यांचा पुरस्कार केला.

१९५६ मध्ये त्यांनी बौद्ध धर्म स्वीकारताना मानवसमता, स्वाभिमान आणि तर्कशुद्ध विचारांचा मार्ग स्वीकारला. त्यामुळे त्यांच्या प्रतिमेला टिळा लावणे हे काही लोकांच्या मते त्यांच्या मूळ विचारसरणीपेक्षा पारंपरिक धार्मिक

पद्धती लादल्यासारखे वाटू शकते. म्हणून अनेक आंबेडकरी अनुयायी बाह्य चिन्हांपेक्षा बाबासाहेबांच्या विचारांचे पालन करणे अधिक महत्त्वाचे मानतात.

✿ मग आदर व्यक्त कसा करावा ?

बुद्ध आणि बाबासाहेबांप्रती आदर व्यक्त करण्याचे अनेक साधे आणि अर्थपूर्ण मार्ग आहेत. उदाहरणार्थ, फुलांचा हार अर्पण करणे, नम्रपणे वंदन करणे, धम्मवंदना करणे किंवा संविधानिक मूल्यांची आठवण ठेवणे हे आदर व्यक्त करण्याचे प्रतीकात्मक मार्ग मानले जातात.

परंतु बौद्ध आणि आंबेडकरी दृष्टिकोनातून सर्वात मोठा आदर म्हणजे त्यांच्या शिकवणीचे आचरण करणे. समतेने वागणे, शिक्षणाचा प्रसार करणे, करुणा ठेवणे, तर्कशुद्ध विचार करणे आणि अन्यायाविरुद्ध उभे राहणे – हेच त्यांच्या प्रतिमेसमोर केलेल्या कोणत्याही बाह्य विधीपेक्षा अधिक महत्त्वाचे मानले जाते.

वेगवेगळ्या लोकांची मते

या विषयावर सर्व लोकांचे विचार एकसारखे नसतात. काही लोक सांस्कृतिक सवय, कौटुंबिक परंपरा किंवा वैयक्तिक श्रद्धेमुळे टिळा लावतात. त्यामागे अपमानाचा हेतू असतोच असे नाही. अनेकांसाठी तो केवळ आदर व्यक्त करण्याचा पारंपरिक मार्ग असतो.

मात्र बौद्ध आणि आंबेडकरी विचारसरणीत बाह्य प्रतीकांपेक्षा विचार आणि आचरणाला जास्त महत्त्व दिले जाते. त्यामुळे अनेक लोक टिळा टाळून साधेपणाने वंदन, धम्मपाठ किंवा पुष्प अर्पण करण्याचा मार्ग स्वीकारतात.

दिवंगत व्यक्तीच्या स्मरणार्थ परित्राण पाठ करताना फोटोला टिळा लावावा का

जेव्हा आई, वडील किंवा एखादी आदरणीय व्यक्ती निधन पावते, तेव्हा त्यांच्या स्मरणार्थ परित्राण पाठ, श्रद्धांजली सभा किंवा धम्मकार्य आयोजित केले जाते. अशा वेळी फोटोला टिळा लावायचा की नाही, याबाबत अनेक कुटुंबांमध्ये वेगवेगळ्या पद्धती दिसतात.

बौद्ध दृष्टिकोनातून पाहिले तर फोटोला टिळा लावणे आवश्यक मानले जात नाही. कारण बुद्धांनी बाह्य कर्मकांडांपेक्षा मनातील आदर, करुणा आणि स्मरणभावनेला अधिक महत्त्व दिले. त्यामुळे अनेक बौद्ध कुटुंबांमध्ये फोटोला हार अर्पण करणे, मेणबत्ती किंवा दिवा लावणे, वंदन करणे आणि परित्राण पाठ करणे हे केले जाते; पण टिळा लावला जात नाही.

तथापि, काही लोक कौटुंबिक परंपरेमुळे किंवा सांस्कृतिक सवयीने टिळा लावतात. जर ते अंधश्रद्धा किंवा दिखावा म्हणून नसून प्रेम, आदर आणि स्मरणभावनेतून केले जात असेल, तर अनेकजण त्याला चुकीचे मानत नाहीत. बौद्ध धर्मात याबाबत कठोर "पाप-पुण्य" स्वरूपाचा नियम नाही; मुख्य भर हा अंतर्मनातील भावनेवर असतो.

? टिळा अंधश्रद्धा असेल, तर हार अर्पण करण्याचे औचित्य काय ?

हा प्रश्न अनेकांच्या मनात येतो. गौतम बुद्धयांनी कोणत्याही बाह्य वस्तूला अंतिम आध्यात्मिक मूल्य दिले नव्हते. त्यांनी स्पष्ट सांगितले की व्यक्तीची मुक्ती हार, टिळा किंवा इतर कर्मकांडांमुळे होत नाही; ती योग्य विचार, शील, प्रज्ञा आणि करुणेमुळे होते. त्यामुळे हार, टिळा, दिवा किंवा अगरबत्ती या सर्व गोष्टी प्रतीकात्मक मानल्या जातात.

फोटोला हार अर्पण करणे हे सामान्यतः स्मरण आणि आदर व्यक्त करण्याचे सांस्कृतिक प्रतीक मानले जाते. जसे समाधीवर किंवा स्मारकावर फुले अर्पण करतात, तसेच हार अर्पण करणे म्हणजे "*आम्ही तुमची आठवण*

ठेवतो" हा भाव व्यक्त करणे होय. त्यात पवित्र-अपवित्रतेची कल्पना आवश्यक नसते.

परंतु टिळा भारतीय समाजात विशिष्ट धार्मिक, जातीय आणि कर्मकांडप्रधान परंपरांशी जोडला गेला आहे. डॉ. बाबासाहेब आंबेडकर.यांनी ज्या सामाजिक रचनेवर टीका केली, त्याच्याशी टिळा अनेकदा प्रतीकात्मकरीत्या जोडला जातो. त्यामुळे काही लोकांना बुद्ध किंवा बाबासाहेबांच्या प्रतिमेला टिळा लावणे त्यांच्या समतावादी आणि तर्कवादी विचारांशी विसंगत वाटते.

तथापि, सर्व लोकांचा दृष्टिकोन एकसारखा नसतो. काही जण हार आणि टिळा दोन्ही आदराचे प्रतीक मानतात, तर काही जण दोन्ही टाळतात आणि केवळ वंदन किंवा धम्मपाठ करतात. त्यामुळे बौद्ध विचारात "हार योग्य आणि टिळा चुकीचा" असा कठोर नियम नसून, कोणत्या प्रतीकाचा सामाजिक आणि वैचारिक अर्थ काय आहे यावर अधिक चर्चा होते.

निष्कर्ष

सामान्यतः गौतम बुद्धआणि डॉ. बाबासाहेब आंबेडकर.यांच्या प्रतिमेला टिळा लावणे अनेक बौद्ध आणि आंबेडकरी अनुयायी टाळतात, कारण त्यांनी कर्मकांड, अंधश्रद्धा आणि बाह्य धार्मिक चिन्हांपेक्षा तर्क, समता, नैतिकता आणि मानवतेवर भर दिला होता.

तथापि, बौद्ध धर्मात याबाबत कठोर बंदी नाही. मुख्य प्रश्न हा असतो की आपण बाह्य प्रतीकांमध्ये अडकतो आहोत का, की त्या व्यक्तीच्या विचारांचे पालन करतो आहोत.

म्हणूनच गौतम बुद्धआणि डॉ. बाबासाहेब आंबेडकर.यांच्याप्रती खरा आदर व्यक्त करण्याचा अर्थ केवळ पूजा किंवा घोषणांपुरता मर्यादित नसून त्यांच्या शिकवणीचे आचरण करणे हा आहे. समतेने वागणे, विवेकवादी आणि तर्कपूर्ण विचार करणे, अंधश्रद्धेपासून दूर राहणे तसेच मानवतेची

सेवा करणे यालाच खरा सन्मान मानले जाते. त्यांच्या विचारांनुसार समाजात करुणा, बंधुता आणि न्याय निर्माण करण्याचा प्रयत्न करणे म्हणजेच त्यांचे जिवंत स्मरण आणि खरे अनुकरण होय.याच मार्गात त्यांच्या विचारांचा खरा सन्मान आणि जिवंत स्मरण दडलेले आहे।

✨ *"प्रतिमेपेक्षा विचारांचा स्वीकार आणि आचरण हेच बुद्ध व बाबासाहेबांप्रती खऱ्या आदराचे प्रतीक आहे."*

४ बौद्ध सणांमध्ये पांढरे वस्त्र परिधान करण्यामागील अर्थ

आज बुद्ध जयंती, धम्मचक्र प्रवर्तन दिन, धम्मसभा किंवा इतर बौद्ध धार्मिक कार्यक्रमांच्या वेळी अनेक अनुयायी पांढरे कपडे परिधान करताना दिसतात. हे केवळ पोशाखाचे स्वरूप नसून त्यामागे एक सखोल आध्यात्मिक, सामाजिक आणि नैतिक अर्थ दडलेला आहे. बौद्ध धर्मात बाह्य दिखाव्यापेक्षा मनाची शुद्धता, साधेपणा आणि समानता यांना अधिक महत्त्व दिले जाते. त्यामुळे पांढरे वस्त्र हे केवळ कपडे नसून एका विचारसरणीचे आणि जीवनमूल्यांचे प्रतीक बनले आहे.

गौतम बुद्धयांनी मनाची निर्मळता, करुणा, अहिंसा आणि शुद्ध आचरण यांवर विशेष भर दिला. पांढरा रंग हा सामान्यतः शांतता, शुद्धता, साधेपणा आणि अहिंसेचे प्रतीक मानला जातो. म्हणूनच बौद्ध अनुयायी धार्मिक कार्यक्रमांमध्ये पांढरे वस्त्र परिधान करून मन, वाणी आणि कृती शुद्ध ठेवण्याचा संकल्प व्यक्त करतात. हा बाह्य पोशाख व्यक्तीला अंतर्मनातील परिवर्तनाची आठवण करून देतो.

विशेषतःदीक्षाभूमीयेथे १४ ऑक्टोबर १९५६ रोजी डॉ. बाबासाहेब आंबेडकर.यांनी लाखो अनुयायांसह बौद्ध धर्माची दीक्षा घेतली, त्या ऐतिहासिक घटनेनंतर पांढऱ्या वस्त्रांना एक वेगळे सामाजिक महत्त्व प्राप्त झाले. त्या दिवशी हजारो लोक साध्या पांढऱ्या कपड्यांमध्ये उपस्थित होते. त्यामुळे पांढरा रंग हा केवळ धार्मिक प्रतीक न राहता नवजीवन, आत्मसन्मान, समता आणि सामाजिक मुक्तीचे प्रतीक बनला. तो दिवस फक्त धर्मांतराचा नव्हता, तर मानसिक गुलामगिरीतून मुक्त होण्याचा आणि स्वाभिमानाने जगण्याचा संदेश देणारा होता.

बौद्ध धर्मात भिक्खू पारंपरिक भगवे वस्त्र परिधान करतात, तर गृहस्थ अनुयायी साधे, स्वच्छ आणि संयमी वस्त्र घालतात. पांढरे कपडे सर्वांना समानतेची जाणीव करून देतात. महागडे, दिखाऊ किंवा भपकेबाज पोशाख

टाळून जेव्हा सर्वजण एकसमान साध्या पोशाखात एकत्र येतात, तेव्हा समाजात बंधुता, एकात्मता आणि समतेची भावना दृढ होते. त्यामुळे पांढरे वस्त्र हे सामाजिक भेद मिटवण्याचेही प्रतीक मानले जाते.

तथापि, बौद्ध धर्मात पांढरे कपडे घालणे बंधनकारक नाही. बौद्ध धर्माचा मुख्य भर वस्त्रांवर नसून आचरणावर आहे. जर एखादी व्यक्ती पांढरे कपडे घालत असली, पण मनात द्वेष, मत्सर, अहंकार किंवा अन्यायाची भावना ठेवत असेल, तर त्या पोशाखाचा खरा अर्थ उरत नाही. बुद्धांनी नेहमी सांगितले की बाह्य रूपापेक्षा अंतःकरणाची शुद्धता अधिक महत्त्वाची आहे.

आजच्या काळात या परंपरेचा खरा अर्थ समजून घेणे आवश्यक आहे. पांढरे वस्त्र परिधान करणे म्हणजे फक्त धार्मिक कार्यक्रमात सहभागी होणे नव्हे, तर शांतता, करुणा, नैतिकता आणि समानतेचा संदेश समाजात पसरवण्याचा संकल्प करणे होय.

✨ **निष्कर्ष**

बौद्ध सणांमध्ये पांढरे वस्त्र हे शुद्धता, समता, साधेपणा आणि नवचैतन्याचे प्रतीक मानले जाते. ते आपल्याला अंतर्मन शुद्ध ठेवण्याची, सर्वांशी समानतेने वागण्याची आणि करुणेचा मार्ग स्वीकारण्याची प्रेरणा देते.

✨ *"खऱ्या अर्थाने पांढरे वस्त्र परिधान करण्याचा उद्देश बाह्य प्रदर्शन नसून, आपल्या जीवनात सदाचार, बंधुता आणि मानवतेची मूल्ये रुजवणे हा आहे "*

५ निळा रंग, बौद्ध धर्म आणि आंबेडकरी ओळख – वास्तव की गैरसमज ?

आज भारतात, विशेषतः महाराष्ट्रात, अनेक लोकांच्या मनात अशी धारणा आढळते की निळा रंग म्हणजे बौद्ध धर्माचा रंग किंवा तो एखाद्या विशिष्ट समाजाशी कायमचा जोडलेला आहे. अनेकदा बौद्ध ध्वज, आंबेडकरी मोर्चे, निळे झेंडे, निळ्या रंगाची घरे किंवा डॉ. बाबासाहेब आंबेडकर.यांच्या निळ्या कोटातील छायाचित्रामुळे ही ओळख अधिक दृढ झाली. परंतु हा विषय समजून घेण्यासाठी इतिहास, सामाजिक चळवळी आणि प्रतीकात्मक अर्थ यांचा विचार करणे आवश्यक आहे.

निळा रंग एखाद्या विशिष्ट जातीतला आहे का ?

थोडक्यात उत्तर – **नाही.** निळा रंग कोणत्याही एका जातीचा "**मुळातला**" किंवा "**जन्मतः संबंधित**" रंग नाही. कोणताही रंग एखाद्या समाजाची नैसर्गिक मालकी असू शकत नाही. रंगांना अर्थ हा समाज, इतिहास, संस्कृती आणि चळवळींमधून प्राप्त होतो.

इतिहासात अनेक समाजांनी स्वतःची ओळख, विचारसरणी किंवा सांस्कृतिक एकात्मता दाखवण्यासाठी विविध रंगांचा वापर केला:

- भगवा – धार्मिक आणि सांस्कृतिक परंपरांशी जोडला गेला,
- हिरवा – इस्लामी परंपरेशी जोडला गेला,
- निळा – आंबेडकरी आणि समता चळवळीचे प्रतीक बनला.

परंतु हे रंग "जातीनुसार विभागलेले" नसून, ते सामाजिक आणि सांस्कृतिक प्रतीक म्हणून विकसित झाले आहेत.

निळा रंग आंबेडकरी चळवळीशी कसा जोडला गेला?

डॉ. बाबासाहेब आंबेडकर.यांनी आपल्या आयुष्यात समता, शिक्षण, मानवाधिकार आणि सामाजिक न्यायासाठी मोठा संघर्ष केला. त्यांच्या

विचारांमुळे दलित, वंचित आणि शोषित समाजात आत्मसन्मान, जागृती आणि स्वाभिमानाची नवी भावना निर्माण झाली. हळूहळू निळा रंग या सामाजिक परिवर्तनाचा आणि आंबेडकरी चळवळीचा प्रतीक बनला.

निळ्या रंगाचा संबंध अनेक अर्थांशी जोडला जातो. तो आकाशासारख्या अमर्याद स्वातंत्र्याचे, समुद्रासारख्या विशालतेचे, तसेच ज्ञान, विचार आणि विवेकाचे प्रतीक मानला जातो. याशिवाय भारतीय संविधान, समता, न्याय आणि लोकशाही मूल्यांशीही निळा रंग जोडला गेला. त्यामुळे आंबेडकरी चळवळीत निळा झेंडा, निळे कपडे आणि निळ्या रंगाची विविध प्रतीके मोठ्या प्रमाणावर वापरली जाऊ लागली.

आज निळा रंग हा केवळ एका रंगापुरता मर्यादित नसून सामाजिक न्याय, समानता, स्वाभिमान आणि परिवर्तनाच्या विचारांचे प्रतीक मानला जातो.

निळ्या रंगाची घरे आणि झोपड्या का दिसत होत्या ?

पूर्वी महाराष्ट्रातील अनेक दलित वस्त्यांमध्ये निळ्या रंगाची घरे किंवा झोपड्या दिसत असत. यामागे केवळ धार्मिक कारण नव्हते. अनेकदा स्वस्त रंग उपलब्ध असणे, सामाजिक ओळख निर्माण करणे आणि आंबेडकरी चळवळीशी ऐक्य दर्शवणे ही कारणे होती.

हळूहळू निळा रंग हा स्वाभिमान, प्रतिकार आणि सामाजिक जागृतीचे प्रतीक बनला. त्यामुळे काही लोकांनी तो आपल्या घरांमध्ये, झेंड्यांमध्ये किंवा सार्वजनिक कार्यक्रमांमध्ये वापरला. पण याचा अर्थ असा नाही की निळा रंग फक्त एका समाजाचा किंवा एका धर्माचा आहे.

बाबासाहेबांच्या निळ्या कोटाचा अर्थ काय?

डॉ. बाबासाहेब आंबेडकर.यांच्या अनेक प्रसिद्ध छायाचित्रांमध्ये ते निळ्या कोटात दिसतात. त्यामुळे अनेकांनी निळ्या रंगाला थेट “आंबेडकरी” किंवा “बौद्ध” रंग मानण्यास सुरुवात केली.

परंतु बाबासाहेबांनी कुठेही "निळा रंग हा बौद्‌ध धर्माचा अधिकृत रंग आहे" असे सांगितले नाही. त्यांनी कपड्यांच्या रंगापेक्षा शिक्षण, विचार, संविधान, समता आणि मानवमुक्ती यांना महत्त्व दिले. निळा कोट हा त्यांच्या वैयक्तिक पोशाखाचा भाग होता; पुढे समाजाने त्याला प्रतीकात्मक अर्थ दिला.

मग बौद्‌ध धर्माचा अधिकृत रंग कोणता ?

बौद्‌ध धर्मात एका विशिष्ट रंगालाच अंतिम धार्मिक स्थान दिलेले नाही. बौद्‌ध ध्वजात निळा, पिवळा, लाल, पांढरा आणि नारिंगी असे अनेक रंग आहेत. प्रत्येक रंग वेगवेगळ्या आध्यात्मिक गुणांचे प्रतीक मानला जातो.

त्यामुळे "निळा रंग म्हणजेच बौद्‌ध धर्म" असे म्हणणे पूर्णतः अचूक नाही. भारतात विशेषतः नवबौद्‌ध आणि आंबेडकरी चळवळीमुळे निळ्या रंगाला सामाजिक आणि सांस्कृतिक महत्त्व प्राप्त झाले आहे; पण तो बौद्‌ध धर्माचा एकमेव धार्मिक रंग नाही.

आपण स्वतःची ओळख कशी समजून घ्यावी?

एखाद्या व्यक्तीची खरी ओळख तिच्या कपड्यांच्या रंगावर, झेंड्यावर किंवा बाह्य प्रतीकांवर ठरत नाही. गौतम बुद्‌धयांनी व्यक्तीचे मूल्य तिच्या आचरण, विचार आणि नैतिकतेवर आधारित असावे असे सांगितले. तसेच डॉ. बाबासाहेब आंबेडकर.यांनी समता, शिक्षण, स्वाभिमान आणि तर्कशुद्‌ध विचार यांना विशेष महत्त्व दिले. त्यामुळे निळा रंग वापरणे चुकीचे नाही, परंतु केवळ निळा रंग वापरल्याने कोणी "खरा बौद्‌ध" ठरत नाही. त्याचप्रमाणे निळा रंग न वापरल्याने कोणी बौद्‌ध किंवा आंबेडकरी विचारांपासून दूर जात नाही.

खरी ओळख ही माणसाच्या वागणुकीत आणि जीवनमूल्यांत दिसून येते. समतेने वागणे, मानवतेचा आदर करणे, शिक्षण आणि विवेक स्वीकारणे

तसेच अन्यायाविरुद्ध उभे राहणे यामध्येच खऱ्या अर्थाने बौद्ध आणि आंबेडकरी विचारांचा आत्मा दडलेला आहे.

✨ निष्कर्ष

निळा रंग हा कोणत्याही एका जातीची किंवा धर्माची नैसर्गिक मालकी नाही. भारतात तो विशेषतः आंबेडकरी आणि समता चळवळीचे प्रतीक म्हणून विकसित झाला. बाबासाहेबांच्या विचारांमुळे आणि सामाजिक आंदोलनांमुळे त्याला स्वाभिमान, समानता आणि न्यायाचा अर्थ प्राप्त झाला.

परंतु बौद्ध धर्माचा खरा आधार रंगांमध्ये नसून: करुणा,प्रज्ञा,समता,आणि नैतिक जीवनात आहे.

✨ *"म्हणूनच बाह्य प्रतीकांपेक्षा आपण कोणते मूल्य जगतो – हाच बौद्ध आणि आंबेडकरी विचारांचा खरा केंद्रबिंदू आहे."*

६ परित्राण धागा म्हणजे काय ?

बौद्ध धार्मिक कार्यक्रमांमध्ये, विशेषतः परित्राण पाठ, धम्मपाठ किंवा मंगलकार्यांनंतर काही ठिकाणी लोकांच्या हातात पांढरा धागा बांधला जातो. महाराष्ट्रात याला "परित्राण धागा" किंवा "रक्षा धागा" असे म्हटले जाते, तर श्रीलंका सारख्या देशांमध्ये याला 'पिरिथ नूल' (Pirith Nool) असेही म्हणतात. अनेक लोकांच्या मनात प्रश्न निर्माण होतो की हा धागा जादू, चमत्कार किंवा अंधश्रद्धेशी संबंधित आहे का ?

📖 "परित्राण" म्हणजे काय ?

हा विषय समजून घेण्यासाठी बौद्ध धर्मातील "परित्राण" या संकल्पनेचा अर्थ समजणे महत्त्वाचे आहे. "परित्राण" या शब्दाचा अर्थ संरक्षण, मंगलकामना किंवा कल्याण असा होतो. बौद्ध धर्मात काही विशिष्ट सुत्ते किंवा धम्मपाठ, जसे की रतन सुत्त, मंगल सुत्त आणि करणीय मेत्ता सुत्त, लोकांच्या मानसिक शांतता, धैर्य आणि कल्याणासाठी म्हटले जातात.

गौतम बुद्धयांच्या काळातही हे धम्मपाठ भय, दुःख किंवा अस्वस्थतेच्या काळात लोकांना मानसिक आधार आणि धैर्य देण्यासाठी वापरले जात होते. त्यामुळे बौद्ध दृष्टिकोनानुसार "परित्राण" म्हणजे कोणतेही जादूई किंवा चमत्कारिक संरक्षण नव्हे. त्याचा खरा अर्थ धम्माचे स्मरण, सकारात्मक विचार, करुणा आणि मानसिक शक्ती यांमधून निर्माण होणारे अंतःशांतीचे संरक्षण असा मानला जातो.

परित्राण धागा का बांधला जातो ?

परित्राण पाठानंतर बांधला जाणारा धागा हा मुख्यतः मंगलभावना, एकात्मता, धम्माची आठवण आणि शुभेच्छांचे प्रतीक म्हणून वापरला जातो. हा धागा बांधताना लोकांच्या मनात अशी भावना असते की आपण धम्माच्या मार्गावर राहावे, जीवनात शांतता, संयम आणि नैतिकता टिकवावी तसेच परस्परांमध्ये सद्भावना आणि करुणा वाढत राहावी.

गौतम बुद्धयांच्या शिकवणीनुसार या धाग्याला कोणतीही जादूई किंवा चमत्कारिक शक्ती दिली जात नाही. बौद्ध धर्मात कोणत्याही वस्तूला अलौकिक सामर्थ्य मानण्यापेक्षा मनाची जागरूकता, धम्माचे स्मरण आणि चांगले आचरण यांना अधिक महत्त्व दिले जाते. त्यामुळे परित्राण धागा हा श्रद्धा, शुभेच्छा आणि मानसिक प्रेरणेचे प्रतीक मानला जातो.

या धाग्यात काही जादुई किंवा संरक्षण देणारी अलौकिक शक्ती आहे का ?

साधारणपणे बौद्ध तत्त्वज्ञानानुसार याचे उत्तर "नाही" असेच मानले जाते. गौतम बुद्धयांनी अंधश्रद्धा, जादूटोणा किंवा चमत्कारांपेक्षा तर्क, प्रज्ञा, नैतिकता आणि स्वतःच्या कृतींवर अधिक भर दिला. त्यामुळे परित्राण धागा "जादूने वाईट शक्ती दूर करतो" अशी कल्पना बौद्ध धर्माच्या मूळ शिकवणीशी पूर्णपणे जुळत नाही. तथापि, अनेक समाजांमध्ये लोक सांस्कृतिक श्रद्धेमुळे या धाग्याकडे संरक्षण, शुभेच्छा आणि मानसिक आधाराचे प्रतीक म्हणून पाहतात. त्यामुळे हा धागा धार्मिक जादूपेक्षा मानसिक आणि भावनिक श्रद्धेशी अधिक संबंधित मानला जातो.

🏯 मग ही परंपरा कशी निर्माण झाली ?

काळानुसार विविध देशांतील बौद्ध परंपरांमध्ये काही सांस्कृतिक प्रथा जोडल्या गेल्या. विशेषतः श्रीलंका, Thailand आणि इतर काही बौद्ध देशांमध्ये परित्राण पाठाच्या वेळी धागा बांधण्याची परंपरा विकसित झाली. पुढे ही प्रथा अनेक नवबौद्ध समाजांमध्येही दिसू लागली. या धाग्याचा मूळ उद्देश अलौकिक शक्ती निर्माण करणे नसून धम्माची आठवण ठेवणे, सामूहिक प्रार्थनेची भावना दृढ करणे आणि शुभेच्छांचे प्रतीक म्हणून त्याचा वापर करणे हा होता.

बौद्ध दृष्टिकोनातून महत्त्वाची गोष्ट काय ?

बौद्ध धर्मात धागा, मूर्ती, मेणबत्ती किंवा हार यांसारख्या वस्तूंना अंतिम आध्यात्मिक मूल्य दिले जात नाही. मुख्य भर मनाची शुद्धता, करुणा, नैतिक आचरण आणि प्रज्ञा यांवर असतो. जर एखादी व्यक्ती परित्राण धागा

बांधत असली, पण तिच्या जीवनात द्वेष, हिंसा किंवा अन्याय कायम असेल, तर त्या धाग्याला विशेष अर्थ राहत नाही. उलट, जर तो धागा धम्माची आठवण करून देणारे आणि नैतिक जीवन जगण्याची प्रेरणा देणारे सांस्कृतिक प्रतीक म्हणून पाहिला गेला, तर त्याला सकारात्मक महत्त्व प्राप्त होऊ शकते.

✨ **निष्कर्ष,**

परित्राण धागा हा बौद्ध धर्मात मूळतः जादू, ताईत किंवा अंधश्रद्धेचे प्रतीक म्हणून निर्माण झालेला नाही. तो मुख्यतः मंगलभावना, धम्माची आठवण, मानसिक आधार आणि सामूहिक शुभेच्छांचे प्रतीक मानला जातो.

गौतम बुद्धयांच्या शिकवणीनुसार खरे संरक्षण कोणत्याही धाग्यात किंवा बाह्य वस्तूमध्ये नसून, आपल्या नैतिक आचरणात, प्रज्ञेत आणि करुणामय जीवनात असते. त्यामुळे बौद्ध धर्मात धाग्यापेक्षा धम्म अधिक महत्त्वाचा मानला जातो, कारण व्यक्तीचे खरे कल्याण हे तिच्या विचार, वर्तन आणि सदाचारावर अवलंबून असते.

७ आधुनिक जीवनातील बौद्ध दृष्टिकोन

बौद्ध धर्म आणि डॉ. आंबेडकर यांचा समन्वित दृष्टिकोन : चित्रपट, प्रवास, क्रीडा आणि मनोरंजन

गौतम बुद्धयांनी अति सुखभोग आणि अति त्याग या दोन्ही टोकांचा त्याग करून मध्यम मार्ग शिकवला. जीवन नाकारायचे नाही, तर सजग आणि शुद्ध करायचे – हा त्यांचा संदेश होता. डॉ. बाबासाहेब आंबेडकर.यांनी बौद्ध धर्माला तर्काधिष्ठित, नैतिक आणि सामाजिक परिवर्तनाची दिशा दिली. त्यांच्या मते धर्म हा मानवी प्रतिष्ठा, समता आणि जबाबदारी यांवर उभा असला पाहिजे. दोघांच्या विचारांचा एकत्रित अर्थ असा – आधुनिक साधने वापरा, पण विवेक, शील आणि सामाजिक भान विसरू नका.

पर्यटन आणि प्रवास

प्रवास : गौतम बुद्ध आणि डॉ. आंबेडकर यांचा दृष्टिकोन

गौतम बुद्धआणि डॉ. बाबासाहेब आंबेडकर.यांनी आधुनिक अर्थाने "पर्यटन" (tourism) यावर थेट चर्चा केलेली नसली, तरी त्यांच्या जीवन आणि विचारांतून प्रवासाबद्दल महत्त्वपूर्ण दृष्टिकोन दिसून येतो.

सर्वप्रथम, गौतम बुद्धयांच्या जीवनात प्रवासाला अत्यंत महत्त्व होते. त्यांनी अनेक वर्षे संपूर्ण भारतभर पायी भ्रमण करून धम्मप्रसार केला. बुद्धांसाठी प्रवास हा केवळ मनोरंजन, ऐषआराम किंवा करमणुकीचा विषय नव्हता; तो ज्ञान, अनुभव, लोकांशी संवाद आणि आत्मविकासाचे साधन होता. विविध प्रदेश, संस्कृती आणि समाजांमध्ये जाऊन त्यांनी करुणा, समता आणि प्रज्ञेचा संदेश दिला. त्यामुळे बौद्ध दृष्टिकोनातून प्रवास हा मन खुलं करणारा, अहंकार कमी करणारा आणि जग अधिक समजून घेण्याचा मार्ग मानला जातो.

बौद्ध धर्मात प्रवास नकारात्मक मानलेला नाही. निसर्ग, ऐतिहासिक स्थळे, ध्यान केंद्रे आणि बौद्ध तीर्थस्थळांना भेट देणे हे मानसिक शांती, सांस्कृतिक समज आणि आत्मचिंतनासाठी उपयुक्त मानले जाते. कुटुंबासोबत वेळ घालवणे आणि अनुभवातून शिकणे यालाही महत्त्व दिले जाते. मात्र, व्यसनप्रधान पर्यटन, उधळपट्टी, दिखावा आणि अनावश्यक खर्च टाळावा असे बौद्ध विचार सांगतात. प्रवास हा मनाची विश्रांती आणि आत्मविकासासाठी असावा, केवळ प्रतिष्ठा किंवा भौतिक सुखासाठी नव्हे.

यानंतर डॉ. बाबासाहेब आंबेडकर.यांच्या विचारांकडे पाहिल्यास, त्यांनीही प्रवासाला शिक्षण, सामाजिक जागरूकता आणि प्रगतीचे महत्त्वाचे साधन मानले. त्यांनी भारताबरोबरच परदेशात जाऊन उच्च शिक्षण घेतले आणि विविध समाजव्यवस्था, लोकशाही, अर्थशास्त्र आणि मानवाधिकार यांचा अभ्यास केला. त्यांच्या मते प्रवासामुळे माणसाचा दृष्टिकोन व्यापक होतो, आत्मविश्वास वाढतो आणि सामाजिक वास्तव समजण्याची क्षमता निर्माण होते. त्यांनी लोकांना शिक्षण, विचार आणि अनुभवांच्या माध्यमातून स्वतःला विकसित करण्याचे आवाहन केले.

डॉ. आंबेडकरांच्या दृष्टिकोनातून प्रवास तेव्हाच सकारात्मक ठरतो जेव्हा तो ज्ञान वाढवतो, सामाजिक समज निर्माण करतो, समुदायभावना दृढ करतो आणि व्यक्तीला प्रगत विचारांकडे नेतो. मात्र, प्रवास हा प्रतिष्ठेची स्पर्धा, ऐश्वर्याची अतिरेकी आसक्ती किंवा इतरांच्या शोषणाचे साधन बनू नये असे त्यांनी अप्रत्यक्षपणे सुचवले. त्यांनी आधुनिकतेसोबत नैतिकतेलाही तितकेच महत्त्व दिले.

अशा प्रकारे, गौतम बुद्धआणि डॉ. बाबासाहेब आंबेडकर.या दोघांच्या विचारांत एक समान सूत्र दिसते – प्रवास हा केवळ करमणूक नसून ज्ञान, जागरूकता, आत्मविकास आणि मानवी समज वाढवणारे साधन असावे.

क्रीडा : बौद्ध आणि आंबेडकरी दृष्टिकोन

क्रीडा हा केवळ मनोरंजनाचा किंवा स्पर्धेचा विषय नसून व्यक्तिमत्त्व विकासाचा महत्त्वाचा भाग आहे. नियमित खेळामुळे शरीर निरोगी राहते, मन ताजेतवाने होते आणि आत्मविश्वास वाढतो. बौद्ध धर्मात निरोगी शरीराला महत्त्व दिले जाते, कारण सुदृढ शरीरामुळे मन अधिक स्थिर आणि सजग राहू शकते. खेळांमधून शिस्त, संयम, सहकार्य, प्रामाणिकपणा आणि समत्वभाव यांसारखे गुण विकसित होतात. विजय मिळाल्यास अहंकार न बाळगणे आणि पराभव झाल्यास निराश न होणे, हीच खरी मानसिक परिपक्वता मानली जाते.

डॉ. बाबासाहेब आंबेडकर यांनी युवकांनी शिक्षित, संघटित आणि सक्षम बनावे यावर भर दिला. क्रीडा युवकांमध्ये नेतृत्वगुण, धैर्य, संघभावना आणि संघर्ष करण्याची क्षमता निर्माण करते. त्यामुळे समाजातील प्रगतीसाठीही खेळ महत्त्वाची भूमिका बजावतात.

मात्र खेळाच्या नावाखाली जुगार, अंधभक्ती, हिंसाचार, द्वेष किंवा अति स्पर्धात्मक वृत्ती वाढणे योग्य नाही. खेळाचा उद्देश चारित्र्य घडवणे, आरोग्य सुधारणे आणि सकारात्मक मूल्ये जोपासणे हा असावा. क्रीडा व्यक्तीला केवळ बलवानच नव्हे, तर अधिक सजग, शिस्तबद्ध आणि समाजाभिमुख बनवते.

✨ *"खरा खेळ तोच, जो शरीराला सामर्थ्य, मनाला संतुलन आणि व्यक्तिमत्वाला चारित्र्य प्रदान करतो."*

चित्रपट : बौद्ध आणि आंबेडकरी दृष्टिकोन

चित्रपट हे आधुनिक काळातील प्रभावी माध्यम आहे. ते केवळ मनोरंजन करत नाहीत, तर समाजावर आणि व्यक्तीच्या विचारांवरही खोल परिणाम घडवतात. बौद्ध दृष्टिकोनानुसार कोणतीही कला किंवा मनोरंजन मनात करुणा, मैत्री, सत्य, विवेक आणि संयम वाढवणारे असावे. प्रेरणादायी, ज्ञानवर्धक आणि मानवी मूल्ये जपणारे चित्रपट व्यक्तीच्या मानसिक विकासाला हातभार लावू शकतात. परंतु हिंसा, द्वेष, लोभ, व्यसन किंवा अनैतिक वर्तनाला प्रोत्साहन देणारा आशय मनाला अस्थिर करू शकतो.

डॉ. बाबासाहेब आंबेडकर यांच्या विचारांनुसार चित्रपट हे समाजजागृतीचे प्रभावी साधन ठरू शकते. समानता, सामाजिक न्याय, मानवी प्रतिष्ठा, शिक्षण आणि वैज्ञानिक दृष्टिकोन यांचा प्रसार करणारे चित्रपट समाजाच्या प्रगतीसाठी उपयुक्त ठरतात. त्याउलट जातीयवाद, स्त्रीद्वेष, अंधश्रद्धा किंवा भेदभावाला प्रोत्साहन देणारा आशय समाजाला मागे नेणारा ठरतो.

म्हणून चित्रपट निवडताना त्यातून कोणते मूल्य प्रसारित होते आणि त्याचा व्यक्ती व समाजावर काय परिणाम होतो, याचा विचार करणे आवश्यक आहे. चांगला चित्रपट मनोरंजनासोबतच विचार, प्रेरणा आणि सकारात्मक परिवर्तन घडवण्याचे कार्य करतो.

✨ *"जो चित्रपट मनात करुणा, विवेक आणि समाजहिताची भावना जागवतो, तोच खऱ्या अर्थाने अर्थपूर्ण कला ठरतो."*

मनोरंजन

बौद्ध धर्म मनोरंजनाला पूर्णपणे विरोध करत नाही. उलट, जीवनात आनंद, विश्रांती आणि मानसिक ताजेपणा यांनाही महत्त्व दिले जाते. संगीत, वाचन, चित्रपट, क्रीडा, प्रवास, सांस्कृतिक कार्यक्रम किंवा कुटुंबासोबत घालवलेला आनंददायी वेळ मानसिक संतुलन राखण्यास मदत करतो. मात्र, कोणतीही गोष्ट मर्यादेत आणि सजगतेने करणे आवश्यक आहे.

बौद्ध तत्त्वज्ञानानुसार समस्या आनंदात नसून त्यावरील आसक्तीत असते. मनोरंजन जर व्यसनात बदलले, वेळ आणि पैशाचा अपव्यय होऊ लागला किंवा नैतिक मूल्यांपासून दूर नेऊ लागले, तर ते हानिकारक ठरू शकते. म्हणून प्रत्येक कृतीत संयम, विवेक आणि जबाबदारी असणे महत्त्वाचे मानले जाते.

डॉ. बाबासाहेब आंबेडकर यांनी स्वाभिमान, सामाजिक जबाबदारी आणि प्रगतीशील विचारांना महत्त्व दिले. त्यांच्या दृष्टिकोनानुसार आनंद घ्यावा, परंतु तो स्वतःच्या किंवा समाजाच्या हिताला बाधा आणणारा नसावा. मादक पदार्थांचे सेवन, अंधश्रद्धा, शोषण, हिंसा किंवा अनैतिक वर्तन यांना त्यांनी स्पष्टपणे विरोध केला.

एकूणच, चित्रपट, प्रवास, क्रीडा आणि इतर मनोरंजनाचे प्रकार हे जीवनाचा नैसर्गिक भाग आहेत. मात्र त्यांचा उपयोग सजगता, नैतिकता आणि समाजहिताचे भान ठेवून केला, तर ते जीवन अधिक आनंदी, संतुलित आणि अर्थपूर्ण बनवू शकतात.

✨ *"आनंद घ्या, पण सजगता, नैतिकता आणि समाजहित यांचे भान कधीही सोडू नका, हाच बौद्ध आणि आंबेडकरी विचारांचा सार आहे."*

८ सोशल मीडिया, सेल्फी आणि रील्स – बौद्ध व आंबेडकरी दृष्टिकोन

आजचे युग डिजिटल तंत्रज्ञानाचे आहे. मोबाईल फोन आणि इंटरनेटमुळे सोशल मीडिया दैनंदिन जीवनाचा अविभाज्य भाग बनला आहे. Facebook, Instagram, WhatsApp आणि YouTube यांसारख्या माध्यमांद्वारे लोक संवाद साधतात, माहिती मिळवतात आणि आपले विचार व्यक्त करतात. स्टेटस, सेल्फी आणि रिल्स यांचाही वापर मोठ्या प्रमाणावर वाढला आहे. या बदलत्या परिस्थितीकडे बौद्ध धर्म आणि डॉ. बाबासाहेब आंबेडकर यांच्या विचारांच्या प्रकाशात पाहणे आवश्यक आहे.

सोशल मीडियाचा सजग वापर

गौतम बुद्धयांनी मध्यम मार्ग, संयम आणि सजगतेचा उपदेश केला. आधुनिक साधनांचा वापर करण्यास बौद्ध धर्म विरोध करत नाही; परंतु कोणत्याही गोष्टीचा अतिरेक टाळण्यावर भर देतो. सोशल मीडियाचा उपयोग ज्ञान, संवाद आणि समाजहितासाठी होऊ शकतो, परंतु त्यामध्ये अति गुंतल्यास मन अस्थिर होऊ शकते. लाइक्स, फॉलोअर्स आणि प्रसिद्धी यांबद्दलची आसक्ती तृष्णा, स्पर्धा आणि अहंकार वाढवू शकते.

बौद्ध धर्मातील सम्यक वाचा या तत्त्वानुसार सोशल मीडियावर खोट्या बातम्या, अपमानास्पद भाषा, द्वेषपूर्ण संदेश किंवा अफवा पसरवणे टाळले पाहिजे. काय पाहतो, काय वाचतो आणि काय शेअर करतो याबद्दल जागरूक राहणे हीच डिजिटल युगातील सजगता आहे.

स्टेटस आणि व्यक्तिमत्त्वाची अभिव्यक्ती

स्टेटस हे व्यक्तीच्या विचारांचे आणि मनःस्थितीचे प्रतिबिंब असते. प्रेरणादायी, ज्ञानवर्धक आणि समाजहिताचे विचार प्रसारित करण्यासाठी त्याचा प्रभावी उपयोग होऊ शकतो. शिक्षण, समता, बंधुता, मानवाधिकार आणि संविधानिक मूल्यांचा प्रसार करण्यासाठी सोशल मीडिया महत्त्वाचे माध्यम ठरू शकते.

मात्र केवळ स्वतःची प्रतिमा उंचावण्यासाठी किंवा इतरांवर प्रभाव पाडण्यासाठी स्टेटसचा वापर केल्यास अहंभाव वाढण्याची शक्यता असते. जातीय, धार्मिक द्वेष किंवा अंधश्रद्धा पसरवणारे संदेश समाजासाठी घातक ठरतात. त्यामुळे स्टेटस संतुलित, सकारात्मक आणि समाजजागृती करणारे असावे.

सेल्फी संस्कृती आणि स्वाभिमान

स्वतःचे छायाचित्र घेणे किंवा शेअर करणे चुकीचे नाही. तथापि, सतत स्वतःचे प्रदर्शन करणे, इतरांशी तुलना करणे किंवा प्रसिद्धीची अपेक्षा ठेवणे यामुळे अहंकार वाढू शकतो. बौद्ध धर्म आसक्ती आणि अहंभावापासून दूर राहण्याची शिकवण देतो.

डॉ. बाबासाहेब आंबेडकर यांनी स्वाभिमानाला महत्त्व दिले, परंतु दिखावा आणि श्रेष्ठत्वाच्या भावनेला नाही. त्यामुळे सेल्फीमध्ये आत्मविश्वास आणि स्वाभिमान असावा; मात्र त्यामागे दिखावा, वर्गभेद किंवा इतरांना कमी लेखण्याची वृत्ती नसावी. व्यक्तिमत्त्वाचा विकास हा बाह्य प्रदर्शनापेक्षा अधिक महत्त्वाचा आहे.

रिल्स आणि डिजिटल मनोरंजन

रिल्स हे मनोरंजन, शिक्षण आणि संवादाचे प्रभावी साधन बनले आहेत. ज्ञान, कला, सामाजिक प्रबोधन, संविधानिक मूल्ये, स्त्री-पुरुष समता आणि सामाजिक प्रश्नांवरील माहिती देणाऱ्या रिल्स समाजासाठी उपयुक्त ठरू शकतात. परंतु हिंसा, अश्लीलता, द्वेष किंवा अंधश्रद्धा वाढवणारा मजकूर टाळला पाहिजे.

रिल्स पाहताना वेळेचे भान राखणे आवश्यक आहे. निष्क्रिय मनोरंजनात अति गुंतल्यास वेळेचा अपव्यय होतो आणि वैचारिक विकासात अडथळे निर्माण होऊ शकतात. बौद्ध धर्मातील सम्यक प्रयत्न आणि सम्यक स्मृती या तत्त्वांनुसार प्रत्येक कृती सजगतेने आणि उद्देशपूर्ण असावी.

डॉ. बाबासाहेब आंबेडकरांचा सामाजिक दृष्टिकोन

डॉ. बाबासाहेब आंबेडकर यांनी शिक्षण, समता, बंधुता आणि वैज्ञानिक दृष्टिकोन यांना सामाजिक परिवर्तनाचे आधारस्तंभ मानले. त्यांच्या विचारांनुसार सोशल मीडिया हे समाजजागृती, प्रबोधन आणि लोकशिक्षणाचे प्रभावी साधन ठरू शकते. त्यामुळे या माध्यमांचा उपयोग लोकांमध्ये जागरूकता निर्माण करण्यासाठी, संविधानिक मूल्यांचा प्रसार करण्यासाठी आणि सामाजिक ऐक्य वाढवण्यासाठी केला पाहिजे.

निष्कर्ष

बौद्ध धर्म अंतर्मनाची शुद्धता, संयम आणि सजगतेची शिकवण देतो, तर डॉ. बाबासाहेब आंबेडकर सामाजिक जबाबदारी, समता आणि प्रबोधनाचा मार्ग दाखवतात. सोशल मीडिया, स्टेटस, सेल्फी आणि रिल्स ही केवळ आधुनिक साधने आहेत; त्यांचा उपयोग विवेक, नैतिकता आणि समाजहिताच्या भावनेने केला तर ती व्यक्तीच्या तसेच समाजाच्या उन्नतीची प्रभावी माध्यमे ठरू शकतात.

✨"डिजिटल साधनांचा वापर सजगता, नैतिकता आणि समाजहिताच्या भावनेने केला, तर ते प्रबोधन आणि सामाजिक परिवर्तनाचे सामर्थ्यवान माध्यम बनू शकतात."

९ आधुनिक व्यसनसंस्कृती आणि बौद्ध धर्म

♪ डीजे (DJ) बद्दल बौद्ध दृष्टिकोन,

गौतम बुद्धयांच्या बौद्ध तत्वज्ञानात आनंद, संगीत किंवा सांस्कृतिक कार्यक्रमांना पूर्णपणे विरोध नाही; परंतु प्रत्येक गोष्टीत संयम, विवेक आणि मध्यम मार्ग यांना महत्त्व दिले गेले आहे. बौद्ध धर्म शिकवतो की कोणतीही कृती अशी नसावी ज्यामुळे स्वतःचे किंवा इतरांचे मानसिक संतुलन बिघडेल, त्रास होईल किंवा हिंसा, व्यसन, गोंधळ आणि अहंकार वाढेल.

लग्न, हळदी समारंभ, वाढदिवस किंवा इतर सांस्कृतिक कार्यक्रमांमध्ये मर्यादित आवाजात संगीत किंवा डीजे वापरणे हे समाजातील आनंद, ऐक्य आणि उत्साह व्यक्त करण्याचे साधन मानले जाऊ शकते. कमी आवाजात, सभ्य पद्धतीने आणि इतरांना त्रास न देता संगीत वापरले तर ते चुकीचे मानले जात नाही. बौद्ध धर्म “मध्यम मार्ग” शिकवतो – म्हणजे आनंद घ्यावा, पण संयम आणि सजगता गमावू नये.

परंतु आजच्या काळात काही ठिकाणी बौद्ध समाजातही इतर धर्म किंवा समाजांच्या अतिरेकाची नक्कल केली जात असल्याचे दिसते. विशेषतः डॉ. बाबासाहेब आंबेडकर.जयंती, धम्मचक्र प्रवर्तन दिन किंवा इतर बौद्ध उत्सवांमध्ये अत्यंत मोठ्या आवाजातील डीजे, रात्रीभर चालणारा गोंगाट, नाचगाणे आणि कधी कधी चित्रपटातील गाणी लावली जातात. अशा वेळी उत्सवाचे स्वरूप सामाजिक जागृती किंवा धम्मविचारांपेक्षा केवळ मनोरंजन आणि पार्ट्यांमध्ये बदलत असल्याची टीका केली जाते.

डॉ. बाबासाहेब आंबेडकरांनी बौद्ध धर्म स्वीकारताना प्रज्ञा, शिस्त, करुणा आणि सामाजिक परिवर्तन यांना महत्त्व दिले होते. त्यामुळे त्यांच्या जयंतीचे स्वरूपही ज्ञान, समाजसेवा आणि प्रबोधनात्मक असावे, अशी अपेक्षा बौद्ध

तत्वज्ञानातून व्यक्त होते. मोठमोठे डीजे लावण्याऐवजी बौद्ध साहित्याचे वितरण, गरीब विद्यार्थ्यांना मदत, अनाथालय किंवा वृद्धाश्रमात सेवा, रक्तदान, सामूहिक धम्मवंदना किंवा शांत सांस्कृतिक कार्यक्रम यांना अधिक महत्त्व दिले जाऊ शकते.

बौद्ध धर्मात "सम्यक आचरण" आणि "सम्यक वाणी" यांना महत्त्व आहे. त्यामुळे इतरांना त्रास देणारा गोंगाट, ध्वनीप्रदूषण किंवा सार्वजनिक शांतता भंग करणारे वर्तन हे धम्माच्या मूलभूत मूल्यांशी सुसंगत मानले जात नाही. उत्सव आनंदाने साजरे करावेत, पण ते विवेकपूर्ण, शांत आणि समाजहितकारी असावेत, हा बौद्ध दृष्टिकोन अधिक महत्त्वाचा मानला जातो.

वैद्यकीय दृष्टिकोन

वैद्यकीयदृष्ट्या अत्यंत मोठ्या आवाजातील डीजेमुळे कानांचे नुकसान, श्रवणशक्ती कमी होणे, डोकेदुखी, मानसिक तणाव, झोपेचे विकार आणि चिडचिड वाढू शकते. दीर्घकाळ ध्वनीप्रदूषणात राहिल्यास हृदयगती व रक्तदाब वाढण्याचाही धोका असतो. लहान मुले, वृद्ध व्यक्ती, विद्यार्थी आणि आजारी लोकांना याचा अधिक त्रास होऊ शकतो. त्यामुळे आनंद साजरा करतानाही आवाजाची मर्यादा, वेळेचे भान आणि सार्वजनिक आरोग्य यांचा विचार करणे आवश्यक मानले जाते.

✨ *"बौद्ध दृष्टिकोनानुसार उत्सवाचा खरा आनंद मोठ्या आवाजात नसून सजगता, शिस्त, करुणा आणि समाजहितकारी कृतींमध्ये असतो."*

व्यसनमुक्त जीवन : मद्यपान आणि धूम्रपानाविषयी बौद्ध दृष्टिकोन

बौद्ध धर्मात मन आणि शरीराला हानी पोहोचवणाऱ्या कोणत्याही व्यसनापासून दूर राहण्यावर विशेष भर दिला जातो. पंचशीलातील पाचवे शील – "**सुरा मेरय मज्ज पमादट्ठाना वेरमणी सिक्खापदं समाधियामि**" – मनाला असावधान, भ्रमित किंवा व्यसनाधीन करणाऱ्या पदार्थांपासून दूर राहण्याची शिकवण देते. मद्यपान आणि धूम्रपान या दोन्ही सवयी व्यक्तीची जागरूकता, विवेकबुद्धी आणि आत्मसंयम कमी करू शकतात. त्यामुळे व्यसनांपासून अलिप्त राहणे हे बौद्ध जीवनशैलीचे महत्त्वाचे वैशिष्ट्य मानले जाते.

मद्यपान आणि धूम्रपानाचे दुष्परिणाम

मद्यपानामुळे व्यक्तीच्या निर्णयक्षमतेवर परिणाम होऊ शकतो. त्यातून राग, हिंसा, अपघात, कौटुंबिक कलह आणि सामाजिक समस्या वाढण्याची शक्यता असते. धूम्रपानामुळेही आरोग्यावर गंभीर परिणाम होतात. बुद्धांच्या काळात आधुनिक तंबाखू किंवा सिगारेट अस्तित्वात नव्हत्या; परंतु शरीर आणि मनाला हानी पोहोचवणाऱ्या सवयी टाळाव्यात, हा बौद्ध तत्त्वज्ञानाचा मूलभूत संदेश आजही तितकाच महत्त्वाचा आहे. धूम्रपानामुळे केवळ स्वतःच्या आरोग्यालाच नव्हे, तर आसपासच्या लोकांच्या आरोग्यालाही धोका निर्माण होतो.

आरोग्यदायी जीवनाची आवश्यकता

वैद्यकीय दृष्टिकोनातून मद्यपान आणि धूम्रपान दोन्ही गंभीर आरोग्यधोके निर्माण करतात. अतिमद्यपानामुळे यकृताचे विकार, हृदयविकार, कर्करोग, नैराश्य आणि मानसिक तणाव वाढू शकतो. धूम्रपानामुळे फुफ्फुसांचा कर्करोग, हृदयविकार, स्ट्रोक, श्वसनविकार आणि इतर अनेक गंभीर आजार होण्याचा धोका वाढतो. तसेच धूम्रपानातून निर्माण होणारा धूर इतरांच्या आरोग्यासाठीही घातक ठरतो. त्यामुळे निरोगी शरीर आणि संतुलित मनासाठी व्यसनमुक्त जीवन आवश्यक मानले जाते.

सजगता आणि आत्मसंयमाचा मार्ग

बौद्ध धर्माचा उद्देश केवळ व्यसनांना विरोध करणे नसून व्यक्तीला सजग, निरोगी आणि संतुलित जीवनाकडे मार्गदर्शन करणे हा आहे. मनाची स्पष्टता, शारीरिक आरोग्य आणि नैतिक जीवन जपण्यासाठी मद्यपान व धूम्रपान यांसारख्या व्यसनांपासून दूर राहणे अधिक हितकारक मानले जाते. आत्मसंयम, जागरूकता आणि विवेक यांच्या साहाय्याने व्यक्ती अधिक शांत, निरोगी आणि आनंदी जीवन जगू शकते.

"बौद्ध दृष्टिकोनानुसार खरे स्वातंत्र्य हे व्यसनांच्या आहारी जाण्यात नसून सजगता, आत्मसंयम आणि निरोगी जीवनशैलीच्या स्वीकारात आहे."

बौद्ध दृष्टिकोनमांसाहार

गौतम बुद्धयांनी शिकवलेल्या बौद्ध धर्मात अहिंसा (Non-violence), करुणा आणि सर्व जीवांप्रती दया यांना अत्यंत महत्त्व दिले गेले आहे. त्यामुळे "बौद्ध धर्मात मांसाहार योग्य की अयोग्य?" हा प्रश्न अनेक लोकांच्या मनात निर्माण होतो. विशेषतः डॉ. बाबासाहेब आंबेडकर.यांच्या प्रभावाखाली बौद्ध धर्म स्वीकारलेल्या महाराष्ट्रातील अनेक महार/नवबौद्ध समाजात मांसाहार आढळतो, तसेच जगातील अनेक बौद्ध समाजांमध्येही मांसाहार केला जातो.

हा विषय समजून घेण्यासाठी बौद्ध धर्मातील "अहिंसा" आणि "व्यवहारिक जीवन" या दोन्ही गोष्टी समजणे महत्त्वाचे आहे.

बौद्ध धर्मात मांसाहार पूर्णपणे बंद आहे का ?

बौद्ध धर्मातील सर्व परंपरांमध्ये मांसाहाराबाबत एकसारखा नियम आढळत नाही. प्रारंभीच्या बौद्ध विनय नियमांनुसार भिक्षूंना भिक्षेत मिळणारे अन्न स्वीकारण्याची परवानगी होती. मात्र, त्या प्राण्याची हत्या खास भिक्षूंसाठी करण्यात आली आहे असे त्यांनी पाहिले नसावे, ऐकले नसावे किंवा त्याबाबत संशयही नसावा. या तत्त्वाला "त्रिशुद्ध मांस" असे म्हटले जाते. त्यामुळे सुरुवातीच्या बौद्ध परंपरेत पूर्णपणे शाकाहार अनिवार्य मानला गेला नव्हता.

मग अनेक बौद्ध मांसाहार का करतात ?

जगातील बौद्ध समाज विविध देश आणि संस्कृतींमध्ये वेगवेगळ्या प्रकारे विकसित झाले. श्रीलंका, Thailand, जपान आणि तिबेट यांसारख्या प्रदेशांतील अनेक बौद्ध समाजांमध्ये मांसाहाराची परंपरा आढळते. काही ठिकाणी हवामान, शेतीची परिस्थिती, अन्नधान्याची उपलब्धता आणि स्थानिक संस्कृती यांचा आहारावर मोठा प्रभाव पडला होता. त्यामुळे प्रत्येक बौद्ध समाजाची जीवनशैली आणि खाद्यसंस्कृती एकसारखी राहिली नाही.

Maharashtra मधील नवबौद्ध समाजाने बौद्ध धर्म स्वीकारताना मुख्यतः समता, स्वाभिमान, शिक्षण आणि सामाजिक न्याय या मूल्यांना प्राधान्य दिले. त्यामुळे अनेकांनी मांसाहार सोडणे हे बौद्ध होण्यासाठी आवश्यक अट मानली नाही. त्यांच्या दृष्टीने बौद्ध धर्माचा खरा उद्देश मानवी समानता, अन्यायाविरुद्ध संघर्ष आणि नैतिक जीवन जगणे हा अधिक महत्त्वाचा होता.

अहिंसा म्हणजे नेमके काय ?

बौद्ध धर्मातील अहिंसा म्हणजे केवळ "मांस न खाणे" एवढाच मर्यादित अर्थ नसतो. अहिंसा म्हणजे मनात द्वेष न ठेवणे, क्रूरता टाळणे, इतरांना जाणीवपूर्वक दुःख न देणे आणि सर्व प्राणिमात्रांशी करुणेने वागणे. बौद्ध धर्मात व्यक्तीच्या कृतीमागील हेतूला विशेष महत्त्व दिले जाते. त्यामुळे एखादी व्यक्ती मांसाहार करत असली, तरी तिचे जीवन जर दयाळू, नैतिक आणि करुणामय असेल, तर बौद्ध दृष्टिकोनातून त्या हेतूकडे सकारात्मकपणे पाहिले जाते.

तथापि, अनेक बौद्ध विचारवंत असे मानतात की प्राण्यांच्या वेदना आणि दुःखाचा विचार करता शाकाहार हा करुणा आणि अहिंसेच्या तत्त्वाशी अधिक सुसंगत मार्ग आहे. म्हणूनच बौद्ध धर्मात अहिंसा ही केवळ आहारापुरती मर्यादित नसून, ती विचार, वाणी आणि कृती या तिन्ही स्तरांवरील करुणामय जीवनशैली मानली जाते.

मग मांसाहार चांगला की वाईट ?

बौद्ध धर्मात हा प्रश्न अनेकदा "पूर्णपणे चांगला" किंवा "पूर्णपणे वाईट" अशा कठोर स्वरूपात मांडला जात नाही. बौद्ध धर्म व्यक्तीला विचार करण्यास प्रवृत्त करतो:

- ❖ माझ्या कृतीमुळे इतर जीवांना किती त्रास होतो ?
- ❖ मी अधिक करुणामय जीवन जगू शकतो का ?
- ❖ माझ्या सवयी जागरूक आणि नैतिक आहेत का ?

म्हणून काही बौद्ध लोक शाकाहार स्वीकारतात, तर काही मांसाहार करत असूनही करुणा आणि नैतिकता जपण्याचा प्रयत्न करतात.

आंबेडकरी दृष्टिकोन

डॉ. बाबासाहेब आंबेडकर.यांनी बौद्ध धर्म स्वीकारताना सामाजिक समता, मानवी प्रतिष्ठा आणि तर्कशुद्ध विचार यांना सर्वाधिक महत्त्व दिले. त्यांनी बौद्ध धर्माला अंधश्रद्धा, कर्मकांड आणि जातीय भेदभावापासून दूर ठेवण्याचा प्रयत्न केला. त्यांच्या मते धर्म हा माणसाच्या मुक्ती, स्वाभिमान आणि नैतिक उन्नतीसाठी असावा.

याच कारणामुळे नवबौद्ध समाजात *"मांसाहार केल्याने कोणी कमी बौद्ध ठरतो"* अशी धारणा सामान्यतः मानली जात नाही. व्यक्तीच्या आहारापेक्षा तिच्या आचरणाला अधिक महत्त्व दिले जाते. त्यामुळे नवबौद्ध विचारसरणीत नैतिक जीवन, शिक्षण, समता, बंधुता आणि मानवतावादी मूल्यांना अधिक प्राधान्य दिले जाते.

संतुलित निष्कर्ष

बौद्ध धर्मात अहिंसा आणि करुणेला अत्यंत महत्त्व आहे, पण सर्व बौद्ध परंपरांमध्ये मांसाहारावर एकसारखी कठोर बंदी नाही. काही बौद्ध शाकाहाराला करुणेचा सर्वोच्च मार्ग मानतात, तर काही व्यवहारिक जीवनात मांसाहार स्वीकारतात.

महत्त्वाची गोष्ट म्हणजे:

- ❖ आपण किती करुणामय, जागरूक आणि नैतिक जीवन जगतो.
- ❖ आपण इतर जीवांबद्दल संवेदनशील आहोत का.
- ❖ आणि आपल्या कृतींमध्ये द्वेष व क्रूरता कमी करण्याचा प्रयत्न करतो का.

✨ *बौद्ध धर्माचा केंद्रबिंदू केवळ "ताटात काय आहे" हा नसून, "मनात काय आहे" हा आहे.*

१० बौद्ध विचारांनुसार सामाजिक सहभाग आणि सणसंस्कृती

भारत हा विविध धर्म, संस्कृती आणि परंपरांनी समृद्ध असा देश आहे. अशा बहुविध सामाजिक वातावरणात बौद्ध कुटुंब पूर्णपणे वेगळे राहू शकत नाही. शाळा, शेजार, कार्यालय, नातेवाईक तसेच सार्वजनिक ठिकाणी विविध धर्मांचे सण-उत्सव साजरे होत असतात. त्यामुळे सामाजिक संबंधांच्या कारणास्तव हे सण पूर्णतः टाळणे शक्य होत नाही. विशेषतः मुलांच्या मानसिक व सामाजिक विकासाच्या दृष्टीने त्यांना या वातावरणापासून पूर्णपणे दूर ठेवणेही योग्य ठरत नाही.

म्हणूनच, अशा परिस्थितीत बौद्ध मुलांनी आपली वैचारिक ओळख, तत्त्वे आणि मानवी मूल्ये जपत कसे वागावे, हा एक अत्यंत महत्त्वाचा आणि चिंतन करण्यासारखा प्रश्न ठरतो. समाजात विविध धर्म, परंपरा आणि सांस्कृतिक प्रथा अस्तित्वात असल्यामुळे अनेकदा मुलांना वेगवेगळ्या विचारसरणींचा सामना करावा लागतो. अशा वेळी स्वतःची ओळख टिकवून ठेवताना इतरांविषयी आदर आणि समजूतदारपणा राखणे आवश्यक ठरते.

या परिस्थितीत बौद्ध कुटुंबांनी दोन टोकाची भूमिका टाळली पाहिजे. **एक म्हणजे पूर्ण बहिष्कार** – ज्यामुळे समाजापासून दुरावा, कटुता आणि संवादाचा अभाव निर्माण होऊ शकतो. **दुसरे म्हणजे अंधस्वीकार** – ज्यामध्ये विचार न करता सर्व गोष्टी स्वीकारल्या जातात आणि स्वतःची वैचारिक भूमिका कमकुवत होण्याची शक्यता असते. या दोन्ही टोकांपेक्षा संतुलित आणि विवेकपूर्ण दृष्टिकोन अधिक योग्य मानला जातो.

गौतम बुद्ध यांनी शिकवलेला "मध्यम मार्ग" याच संतुलनाचा संदेश देतो. बुद्धांनी अतिरेक टाळून विवेक, करुणा आणि प्रज्ञेच्या आधारावर जीवन जगण्याचा मार्ग सांगितला. त्याचप्रमाणे डॉ. बाबासाहेब आंबेडकर. यांनी दिलेला तर्कनिष्ठ, वैज्ञानिक आणि समताधिष्ठित दृष्टिकोन समाजजीवनात विचारपूर्वक वागण्यास प्रेरणा देतो. त्यामुळे बौद्ध मुलांनी कोणतीही गोष्ट

आंधळेपणाने स्वीकारू किंवा नाकारू नये; तर बुद्धी, समता आणि मानवी मूल्यांच्या आधारावर योग्य निर्णय घ्यावा, हीच खरी शिकवण आहे.

१. मूलभूत तत्त्व समजून घेणे

बौद्ध धर्म कोणत्याही सणाचा किंवा इतरांच्या श्रद्धेचा द्वेष शिकवत नाही. मात्र तो अंधश्रद्धा, कर्मकांड आणि देववादापासून दूर राहण्याचा संदेश देतो. येथे *"देववाद"* म्हणजे देवाच्या अस्तित्वावर आणि कृपेवर आधारित विचारप्रवाह. बुद्धांनी माणसाला स्वतःच्या विचारशक्तीवर, नैतिकतेवर आणि कृतीवर विश्वास ठेवण्यास शिकवले. त्यामुळे बौद्ध दृष्टिकोनात भीती, चमत्कार किंवा अंधविश्वास यांना विशेष स्थान नाही.

डॉ. बाबासाहेब आंबेडकर.यांनी बौद्ध धर्माला तर्कनिष्ठ, नैतिक आणि सामाजिक क्रांतीची जीवनपद्धती म्हणून मांडले. त्यांच्या दृष्टीने धर्म म्हणजे मानवी कल्याणाचा मार्ग होता; भीती, लोभ किंवा अंधानुकरणावर आधारलेली परंपरा नव्हे. म्हणूनच बौद्ध कुटुंबांनी कोणत्याही सणाकडे पाहताना काही मूलभूत प्रश्न विचारणे आवश्यक ठरते – यात अंधश्रद्धा आहे का, यात अनैतिक किंवा अपव्ययी वर्तन आहे का, आणि यात मानवतावादी मूल्ये वाढतात का? त्यामुळे खरा प्रश्न "सण साजरा करावा की नाही ?" हा नसून "तो कसा साजरा करावा?" हा आहे.

२. आंतरधर्मीय समाजात बौद्धांची भूमिका

भारतातील समाज विविध धर्म, संस्कृती आणि परंपरांनी बनलेला आहे. अशा परिस्थितीत बौद्धांनी इतर धर्मांविषयी आदर ठेवावा, पण अंधानुकरण करू नये. सामाजिक सहभाग असावा, पण स्वतःच्या तत्त्वांशी तडजोड नसावी. त्याचप्रमाणे स्वाभिमान असावा, पण संघर्षाची किंवा द्वेषाची वृत्ती नसावी.

गौतम बुद्धयांनी द्वेषाला द्वेषाने उत्तर देऊ नका, असे शिकवले. त्यामुळे इतर धर्मांच्या सणांविषयी अपमानकारक भाषा वापरणे किंवा तुच्छता दाखवणे बौद्ध मूल्यांशी सुसंगत नाही. बौद्ध मुलांना आणि कुटुंबांना स्वतःची ओळख स्पष्टपणे मांडता आली पाहिजे. "मी बौद्ध आहे" हे

अभिमानाने सांगता यावे, पण त्याच वेळी इतरांच्या श्रद्धेचा अपमान होणार नाही याची काळजीही घ्यावी. भीतीपोटी सहभाग घेणे किंवा भीतीपोटी पूर्ण नकार देणे – ही दोन्ही टोकं टाळावीत. स्वाभिमान आणि सौजन्य यांचा समतोल राखणे हीच योग्य भूमिका ठरते.

३. मुलांना सणांविषयी विवेकनिष्ठ शिक्षण

आजची मुले प्रश्न विचारतात – "आपण पूजा का करत नाही?", "आपण सगळ्यांसारखे का नाही?" अशा प्रश्नांना दाबून टाकण्याऐवजी शांतपणे आणि तर्कनिष्ठ पद्धतीने समजावून सांगणे आवश्यक आहे. चुकीची पद्धत म्हणजे "ते चुकीचे आहेत, आपण बरोबर" असे सांगणे. योग्य पद्धत म्हणजे "प्रत्येक धर्माची श्रद्धा वेगळी असते; आपण बुद्धांच्या शिकवणीप्रमाणे वागतो" असे समजावणे.

मुलांना प्रत्येक सणाचा नैतिक आणि सामाजिक अर्थ समजावून सांगितला पाहिजे. सण म्हणजे आनंद, एकोपा आणि एकत्र येण्याची संधी आहे; देवभीती निर्माण करण्याचे साधन नाही. चमत्कारांपेक्षा प्रयत्न, करुणा आणि मानवता अधिक महत्त्वाची आहेत, हे मुलांच्या मनात रुजवले पाहिजे. धर्म म्हणजे विचार करण्याची पद्धत आहे, आंधळा विश्वास नव्हे – ही जाणीव लहानपणापासून निर्माण होणे आवश्यक आहे.

४. घरातील पर्यायी उपक्रम आणि मुलांचा मनोविकास

जर बाहेर विविध धार्मिक सण साजरे होत असतील, तर घरात सकारात्मक आणि बौद्ध मूल्यांवर आधारित उपक्रम घेता येऊ शकतात. उदाहरणार्थ पंचशील वाचन, बुद्ध आणि आंबेडकर विचारांची चर्चा, किंवा एखादा छोटा सामाजिक सेवेचा उपक्रम. अशा गोष्टींमुळे मुलांना सकारात्मक पर्याय मिळतात आणि धर्म म्हणजे केवळ कर्मकांड नसून मूल्याधिष्ठित जीवनपद्धती आहे, हे समजते.

आजची मुले सामाजिक वातावरणात वाढतात. त्यामुळे जर सणांवर पूर्ण बंदी घातली, तर मुलांना कमीपणा वाटू शकतो, धर्म कठोर वाटू शकतो किंवा

मानसिक दुरावा निर्माण होऊ शकतो. म्हणून सांस्कृतिक स्तरावर सहभाग असू द्यावा, पण धार्मिक कर्मकांड टाळावीत. प्रत्येक सणामागील नैतिक आणि सामाजिक संदेश समजावून सांगितल्यास मुलांमध्ये संतुलित दृष्टिकोन विकसित होतो.

५. प्रार्थना किंवा धार्मिक विधीच्या वेळी भूमिका

शाळेत किंवा सार्वजनिक कार्यक्रमात विशिष्ट देवाची आरती, मंत्रपठण किंवा पूजा होत असेल, तर बौद्ध मुलांनी आदराने शांत उभे राहावे. स्वतः सहभाग न घेणे हे नम्रपणे सांगता येते. गरज असल्यास पालकांनी शाळेशी संवाद साधावा. ही संघर्षाची भूमिका नसून भारतीय संविधानाने दिलेल्या धार्मिक स्वातंत्र्याचा आणि वैचारिक अधिकाराचा भाग आहे.

६. सांस्कृतिक कार्यक्रमांमध्ये सहभाग

नृत्य, नाटक, भाषण, चित्रकला अशा सांस्कृतिक कार्यक्रमांमध्ये सहभागी होणे योग्य आहे. मात्र पौराणिक देव-देवतांचे गौरवगान करणाऱ्या भूमिका टाळणे अधिक योग्य ठरते. त्याऐवजी करुणा, समानता, बंधुता, सामाजिक न्याय किंवा बुद्ध जयंती यांसारख्या विषयांवर आधारित कार्यक्रम निवडता येतात. अशा सहभागातून मुलांमध्ये आत्मविश्वास वाढतो आणि त्याच वेळी बौद्ध मूल्येही जपली जातात.

७. मित्रांसोबतचे संबंध

सर्व धर्मांच्या मित्रांशी आदराने आणि मैत्रीपूर्ण वर्तन करणे आवश्यक आहे. त्यांच्या सणांना शुभेच्छा देता येतात, पण स्वतः अंधश्रद्धा किंवा कर्मकांड स्वीकारण्याची गरज नाही. “धर्म वेगळा असू शकतो, पण मैत्री समान असते” हा दृष्टिकोन मुलांमध्ये विकसित होणे महत्त्वाचे आहे.

८. सामाजिक संबंध आणि निमंत्रणे

कोणत्याही सणाचे किंवा कार्यक्रमाचे निमंत्रण आल्यास उपस्थित राहणे, शुभेच्छा देणे किंवा सामाजिक संवाद ठेवणे योग्य आहे. मात्र पूजा किंवा धार्मिक विधींमध्ये सक्रिय सहभाग घेणे टाळावे. त्याचप्रमाणे धर्माच्या

विषयावर वाद घालण्याऐवजी स्वतःची भूमिका शांत आणि तर्कशुद्ध पद्धतीने मांडावी. इतरांच्या श्रद्धेचा अपमान न करता स्वतःचे तत्त्व जपणे हीच बौद्ध भूमिका मानली जाते.

९. टाळावयाच्या गोष्टी

बौद्ध दृष्टिकोनातून मुहूर्त, ज्योतिष, अंधश्रद्धा, जातिव्यवस्थेला समर्थन देणारे विधी, भीतीवर आधारित पूजा आणि "पुण्य मिळेल" या लोभातून केलेल्या कृती टाळणे योग्य मानले जाते. कारण बुद्धांनी माणसाला विचार, नैतिकता आणि कृती यांच्या आधारावर जीवन जगण्याचा मार्ग दिला आहे; अंधविश्वास किंवा भीतीच्या आधारावर नव्हे.

✦ *"इतरांच्या श्रद्धेचा आदर राखत विवेक, समता, करुणा आणि स्वाभिमानाच्या आधारावर स्वतःची बौद्ध ओळख जपणे, हीच सामाजिक सहभाग आणि सणसंस्कृतीविषयीची खरी बौद्ध भूमिका आहे."*

सणांचे पुनर्मूल्यांकन : बौद्ध विचारांनुसार

भारतीय समाजात सणांना मोठे सांस्कृतिक आणि सामाजिक महत्त्व आहे. सण हे केवळ धार्मिक विधी नसून आनंद, कुटुंबीय एकोपा, सामाजिक संबंध आणि सांस्कृतिक ओळख यांचे प्रतीक मानले जातात. परंतु बौद्ध दृष्टिकोनातून कोणत्याही सणाकडे अंधश्रद्धा, देववाद किंवा कर्मकांडाच्या नजरेतून पाहण्याऐवजी विवेक, नैतिकता आणि मानवतावादी मूल्यांच्या आधारावर पाहणे महत्त्वाचे मानले जाते.

गौतम बुद्धयांनी माणसाला विचारस्वातंत्र्य, आत्मपरीक्षण आणि मध्यम मार्ग शिकवला. त्याचप्रमाणे डॉ. बाबासाहेब आंबेडकर.यांनी धर्माला नैतिक समाजव्यवस्थेचा मार्ग मानले. त्यामुळे बौद्ध दृष्टिकोन सणांना नाकारण्याचा नसून त्यांचे पुनर्मूल्यांकन करण्याचा आहे. प्रश्न "सण साजरे करावेत की नाही?" हा नसून "ते कशा पद्धतीने साजरे करावेत?" हा आहे.

दिवाळी : बाह्य दिव्यांपेक्षा अंतर्गत प्रकाश

दिवाळी हा प्रकाशाचा सण मानला जातो. बौद्ध दृष्टिकोनातून या सणाचा अर्थ बाह्य दिव्यांपेक्षा अंतर्गत ज्ञानप्रकाशाशी जोडला जाऊ शकतो. लक्ष्मीपूजन, देवपूजन, अंधश्रद्धेच्या कथा, अतिव्यय आणि दिखावा यापासून दूर राहणे योग्य मानले जाते. त्याऐवजी घराची स्वच्छता करताना मनाची स्वच्छता, द्वेष आणि अज्ञान दूर करण्याचा संदेश दिला जाऊ शकतो.

मुलांना बुद्धांचे उपदेश सांगणे, अज्ञान आणि ज्ञान यातील फरक समजावणे, तसेच "ज्ञानाचा प्रकाश" हा खरा प्रकाश आहे हे शिकवणे अधिक अर्थपूर्ण ठरते. अशा प्रकारे दिवाळीला "अज्ञानावर ज्ञानाचा विजय" असा बौद्ध अर्थ दिला जाऊ शकतो.

होळी : नैतिक शुद्धीचा दिवस

होळी हा भारतीय समाजातील लोकप्रिय सण आहे. पारंपरिकरित्या तो धार्मिक कथांशी जोडला जातो; परंतु बौद्ध धर्मात देवपूजा किंवा पाप-पुण्याच्या भीतीला स्थान नाही. त्यामुळे होळीपूजन, अंधश्रद्धा, दारू, उन्माद आणि अश्लीलता यापासून दूर राहणे आवश्यक मानले जाते.

मात्र रंगांचा आनंद संयमाने घेणे, मैत्री आणि क्षमेचा संदेश देणे, तसेच "वाईट सवयी जाळणे" हा नैतिक अर्थ स्वीकारणे योग्य ठरते. त्या दिवशी मुलांशी सद्भावना, नैतिकता आणि सामाजिक एकोप्यावर चर्चा केली जाऊ शकते. अशा प्रकारे होळीला "नैतिक शुद्धीचा दिवस" म्हणून साजरे करता येते.

दसरा : बाह्य युद्ध नव्हे, अंतर्गत विजय

दसरा किंवा Vijayadashami पारंपरिकरित्या रामाच्या रावणावरील विजयाशी जोडला जातो. मात्र बौद्ध दृष्टिकोनातून बाह्य युद्धापेक्षा मनातील लोभ, द्वेष आणि मोह यांवर विजय मिळवणे अधिक महत्त्वाचे मानले जाते. बौद्ध धर्मात सृष्टीकर्ता देव, अवतारवाद किंवा दैवी युद्धकथा स्वीकारल्या जात नाहीत. त्यामुळे "असत्यावर सत्याचा विजय" हा सार्वत्रिक नैतिक अर्थ अधिक महत्त्वाचा ठरतो.

विसाव्या शतकात या दिवसाला नवा ऐतिहासिक अर्थ प्राप्त झाला. १४ ऑक्टोबर १९५६ रोजी नागपूर येथीलदीक्षाभूमीयेथे डॉ. बाबासाहेब आंबेडकर.यांनी लाखो अनुयायांसह बौद्ध धम्मदीक्षा घेतली. त्यामुळे अनेक बौद्धांसाठी हा दिवस "धम्मपरिवर्तन दिन" आणि सामाजिक स्वाभिमानाचा विजयदिन ठरला.

या दिवशी स्वतःच्या वाईट सवयींचा त्याग करण्याचा संकल्प, पंचशील पालन, ध्यान, धम्मचर्चा, समाजोपयोगी कार्य आणि समतेचा संदेश देणे अधिक योग्य ठरते. देवपूजा, शस्त्रपूजा, द्वेषभावना, फाजील खर्च, दारू-जुगार आणि अपमानकारक कार्यक्रम टाळले पाहिजेत. बौद्ध दृष्टिकोनातून खरा दसरा म्हणजे "आतील क्लेशांवर मिळवलेला विजय" होय.

वाहनपूजा आणि अंधश्रद्धा: दसऱ्याच्या दिवशी वाहन धुणे किंवा न धुणे याला धार्मिक पुण्य-पापाशी काही संबंध नाही. बौद्ध धर्मात कोणताही दिवस शुभ-अशुभ मानून कृती करण्यापेक्षा हेतू आणि परिणाम यांना महत्त्व दिले जाते. स्वच्छतेसाठी किंवा सुरक्षिततेसाठी वाहन धुणे योग्य आहे; परंतु "अपशकुन होईल" या भीतीमुळे काही करणे किंवा टाळणे हे अंधश्रद्धेचे लक्षण मानले जाते.

डॉ. आंबेडकरांच्या विचारांनुसार धर्म म्हणजे तर्क, शिस्त आणि सामाजिक जबाबदारी. त्यामुळे वाहन स्वच्छ ठेवणे हे देखभालीसाठी असावे, धार्मिक भीतीसाठी नव्हे.

रक्षाबंधन : परस्पर आदराचा सण

Raksha Bandhan हा भाऊ-बहिणीच्या नात्याचा सण मानला जातो. बौद्ध दृष्टिकोनातून धार्मिक कथांऐवजी "परस्पर संरक्षण, आदर आणि समानता" हा मानवी अर्थ स्वीकारता येतो. भाऊ-बहिणींनी एकमेकांना नैतिक आधार देण्याची शपथ घेणे, स्त्री-पुरुष समानतेचा संदेश देणे आणि कुटुंबात सन्मानपूर्ण नातेसंबंधांवर चर्चा करणे अधिक महत्त्वाचे ठरते.

गुढीपाडवा : नवीन सुरुवातीचा दिवस

Gudi Padwa हा मराठी नववर्षाचा सण आहे. गुढीला दैवी विजयाचे प्रतीक मानण्याऐवजी “नवीन सुरुवात” म्हणून पाहिले जाऊ शकते. देवपूजा टाळून त्या दिवशी नैतिक संकल्प, पंचशील पालन, बुद्धवंदना आणि कुटुंबीयांसोबत आत्मपरीक्षण यांवर भर देता येतो. मुलांना “खरी गुढी म्हणजे सदाचाराचा ध्वज” हा संदेश दिला जाऊ शकतो.

अक्षय तृतीया : सत्कर्मच अक्षय

Akshaya Tritiya या दिवशी सोने खरेदीला शुभ मानले जाते. बौद्ध दृष्टिकोनातून वस्तू खरेदीने पुण्य मिळते ही कल्पना स्वीकारली जात नाही. “सत्कर्मच अक्षय असते” ही भूमिका अधिक महत्त्वाची मानली जाते.

त्या दिवशी गरीबांना मदत करणे, पुस्तके दान करणे, ज्ञानार्जन सुरू करणे किंवा चांगल्या कार्याची सुरुवात करणे हे अधिक अर्थपूर्ण ठरते. मुलांना “खरे अक्षय धन म्हणजे चांगले कर्म आणि ज्ञान” हे समजावले जाऊ शकते.

ईद : बंधुता आणि दानाचा संदेश

Eid al-Fitr हा उपवासानंतर आनंद, बंधुता आणि दानधर्माचा सण मानला जातो. बौद्ध दृष्टिकोनातून इतर धर्मांचा आदर राखणे आणि मानवतेचा समान संदेश स्वीकारणे महत्त्वाचे आहे. मुस्लिम मित्रांना शुभेच्छा देणे, दानधर्म करणे आणि मुलांना “धर्म वेगळे असले तरी माणुसकी समान आहे” हे शिकवणे अधिक योग्य ठरते.

ख्रिसमस : प्रेम आणि करुणेचा संदेश

Christmas हा येशूच्या जन्मदिनाचा सण आहे. बौद्ध दृष्टिकोनातून येशूला देव न मानता एक महान नैतिक शिक्षक म्हणून आदर दिला जाऊ शकतो. प्रेम, क्षमा आणि करुणा या मूल्यांचा स्वीकार करणे हा या सणाचा सकारात्मक भाग ठरतो.

मुलांना दयाळूपणा, सहकार्य आणि गरजूंना मदत करण्याचे महत्त्व समजावणे, कुटुंबात नैतिक कथा सांगणे आणि गरजू मुलांना भेटवस्तू देणे अशा कृती अधिक उपयुक्त ठरतात.

नववर्ष : आत्मपरीक्षणाची संधी

३१ डिसेंबर आणि नववर्षाचे स्वागत बौद्ध दृष्टिकोनातून केवळ कॅलेंडर बदल नसून आत्मपरीक्षण आणि नव्या संकल्पांची संधी मानली जाते. पंचशील पालनाचा संकल्प, ध्यान, धम्मग्रंथ वाचन, कुटुंबासोबत शांत वेळ घालवणे आणि मागील चुका सुधारण्याचा प्रयत्न यावर भर दिला जातो.

दारू, नशा, उधळपट्टी, मोठ्या आवाजात अशांतता आणि नैतिकतेला बाधा आणणारे वर्तन टाळणे आवश्यक मानले जाते. कारण पंचशीलातील पाचवे शील नशा टाळण्याचा स्पष्ट संदेश देते.

फ्रेंडशिप डे : कल्याणमित्राची संकल्पना

बौद्ध धर्मात "*कल्याणमित्र*" या संकल्पनेला विशेष महत्त्व आहे. चांगला मित्र तोच जो नैतिकतेच्या आणि प्रगतीच्या मार्गावर नेतो. खऱ्या मित्रांचे आभार मानणे, अडचणीत मदत करणे, प्रामाणिक आणि समताधारित मैत्री ठेवणे ही बौद्ध मूल्यांशी सुसंगत भूमिका आहे.

दिखाऊ सोशल मीडिया प्रदर्शन, चुकीच्या सवयी लावणारी मैत्री किंवा भावनिक शोषण टाळणे आवश्यक आहे. मैत्री ही उन्नतीकडे नेणारी असावी, अधःपतनाकडे नव्हे.

व्हॅलेंटाईन डे : जबाबदारीपूर्ण प्रेम

Valentine's Day बद्दल बौद्ध धर्म प्रेमाला विरोध करत नाही; परंतु तो जबाबदारीपूर्ण, नैतिक आणि समताधारित प्रेमावर भर देतो. परस्पर आदर, संमती, समानता आणि जबाबदारी या मूल्यांवर आधारित नातेसंबंध अधिक महत्त्वाचे मानले जातात.

वासनेवर आधारित निर्णय, अति आसक्ती, भावनिक फसवणूक किंवा जबाबदारीशिवाय संबंध टाळणे आवश्यक मानले जाते. बुद्धांनी अति तृष्णेला दुःखाचे कारण सांगितले आहे.

सामाजिक सौहार्द आणि स्वाभिमान

बौद्ध कुटुंबांनी समाजाशी संघर्षात्मक नव्हे तर विवेकपूर्ण आणि संतुलित भूमिका घ्यावी. इतरांच्या श्रद्धेचा अपमान करू नये; पण स्वतःच्या तत्त्वांशी तडजोडही करू नये. स्वाभिमान आणि सहिष्णुता यांचा संतुलित संगम राखणे हीच खरी बौद्ध भूमिका आहे.

निष्कर्ष

बौद्ध कुटुंबांसाठी योग्य मार्ग म्हणजे मध्यम मार्ग – न पूर्ण बहिष्कार, न अंधानुकरण; तर विवेकपूर्ण सहभाग. सण टाळणे हा उपाय नसून त्यांचे पुनर्मूल्यांकन करणे हा अधिक योग्य मार्ग आहे. सणांचा उपयोग कुटुंब एकत्र आणण्यासाठी, मुलांमध्ये नैतिकता आणि विवेक निर्माण करण्यासाठी, तसेच सामाजिक सौहार्द वाढवण्यासाठी होऊ शकतो.

डॉ. आंबेडकरांनी स्पष्ट सांगितले की धर्म हा मनुष्यासाठी आहे; मनुष्य धर्मासाठी नाही. त्यामुळे सणांमध्ये मानवता, समता, शिक्षण आणि नैतिकता असेल तरच त्यांना खरा अर्थ प्राप्त होतो. आजच्या परिस्थितीत योग्य उपाय म्हणजे – सण साजरे करा, पण त्यांचे बुद्धीकरण करा; मुलांना आनंद द्या, पण विवेकही द्या; समाजाशी नाते ठेवा, पण स्वाभिमान राखा; आणि धार्मिक कर्मकांडांपेक्षा नैतिक मूल्यांना अधिक महत्त्व द्या.

✨ *"सणांचे खरे महत्त्व कर्मकांडात नसून मानवता, समता, करुणा आणि प्रज्ञा यांसारख्या मूल्यांच्या संवर्धनात आहे, असे बौद्ध विचारसरणी अधोरेखित करते."*

उत्सव साजरा करताना बाबासाहेब आणि बुद्धांच्या शिकवणीचे स्मरण

आपण आपल्या सण-उत्सवांचे, विशेषतः डॉ. बाबासाहेब आंबेडकर जयंतीचे, मोठ्या उत्साहाने आणि अभिमानाने आयोजन करतो. ही आनंदाची आणि प्रेरणेची बाब आहे. मात्र कोणताही उत्सव साजरा करताना त्यामागील विचार, मूल्ये आणि आदर्श यांचेही तितक्याच प्रामाणिकपणे पालन करणे आवश्यक असते. बाबासाहेबांनी दिलेला समता, शिक्षण, बंधुता आणि सामाजिक जबाबदारीचा संदेश तसेच भगवान गौतम बुद्धांनी दिलेली करुणा, अहिंसा आणि इतरांना त्रास न देण्याची शिकवण आपल्या आचरणात दिसणे गरजेचे आहे.

उत्सवांचे बदलते स्वरूप आणि त्याचे परिणाम

गेल्या काही वर्षांत आंबेडकर जयंतीच्या उत्सवांचे स्वरूप अधिक भव्य झाले आहे. पूर्वी हा उत्सव मुख्यतः एका दिवसापुरता मर्यादित असे; परंतु आता अनेक ठिकाणी तीन-चार दिवस विविध कार्यक्रमांचे आयोजन केले जाते. अनेकदा या कार्यक्रमांदरम्यान रस्ते बंद केले जातात. काही वेळा पर्यायी मार्गांची व्यवस्था किंवा दिशादर्शक फलकही लावले जात नाहीत. परिणामी विद्यार्थी, नोकरी करणारे नागरिक, ज्येष्ठ नागरिक आणि रुग्ण यांना मोठ्या अडचणींचा सामना करावा लागतो.

विशेषतः मुख्य रस्ते बंद झाल्यास वाहतूक लहान रस्त्यांकडे वळवली जाते. त्यामुळे तेथेही गर्दी निर्माण होते आणि आपत्कालीन परिस्थितीत रुग्णवाहिकांना किंवा इतर आवश्यक सेवांना अडथळे निर्माण होऊ शकतात. एखाद्या आजारी व्यक्तीची प्रकृती अचानक बिघडल्यास रुग्णालयात पोहोचण्यासाठी आवश्यक असलेला मार्ग उपलब्ध राहीलच याची खात्री नसते. हा विचार आपण विसरता कामा नये.

शिक्षणाला प्राधान्य देण्याची गरज

एप्रिल महिना हा विद्यार्थ्यांच्या परीक्षा कालावधीचा असतो. अशा वेळी अतिशय मोठ्या आवाजात डीजे वाजवले जातात. त्यामुळे विद्यार्थ्यांना

अभ्यासात अडथळे निर्माण होतात. शिक्षणाच्या माध्यमातून समाजपरिवर्तन घडवून आणणाऱ्या बाबासाहेबांच्या नावाने आयोजित कार्यक्रमांमुळेच विद्यार्थ्यांच्या शिक्षणात अडथळे निर्माण होणे ही चिंतेची बाब आहे. **"शिका, संघटित व्हा आणि संघर्ष करा"** हा बाबासाहेबांचा संदेश आपण विसरू नये.

तसेच, ध्वनीप्रदूषणाचाही गंभीर परिणाम होतो. तज्ज्ञांच्या मते अतिप्रमाणातील ध्वनी दीर्घकाळ ऐकल्यास श्रवणशक्तीवर विपरीत परिणाम होऊ शकतो. त्यामुळे उत्सवातील आनंद इतरांच्या त्रासाचे कारण ठरू नये, याची काळजी घेणे आवश्यक आहे.

खर्चाचे सामाजिक उपयुक्ततेत रूपांतर

दरवर्षी उत्सवांवर मोठ्या प्रमाणात निधी खर्च केला जातो. रोषणाई, डीजे, मिरवणुका आणि इतर कार्यक्रमांवर लाखो-कोट्यवधी रुपये खर्च होतात. हा खर्च काही प्रमाणात समाजोपयोगी कार्यांकडे वळविला गेला तर त्याचा अधिक व्यापक लाभ समाजाला मिळू शकतो.

उदाहरणार्थ, गरजू विद्यार्थ्यांची शाळा, महाविद्यालय किंवा शिकवणीची फी भरता येऊ शकते. आर्थिक अडचणीत असलेल्या रुग्णांच्या उपचारांसाठी मदत करता येऊ शकते. कर्करोगासारख्या गंभीर आजारांनी ग्रस्त रुग्णांना सहाय्य करता येईल. वृद्धाश्रम, अनाथालये आणि सामाजिक संस्थांना मदतीचा हात देता येईल.

उन्हाळ्याच्या दिवसांत बांधकाम मजूर, रस्त्यावर काम करणारे कामगार आणि गरजू नागरिक यांच्यासाठी थंड पिण्याच्या पाण्याची व्यवस्था करता येईल. आपल्या परिसरात वाचनालये सुरू करून चांगली पुस्तके उपलब्ध करून देता येतील. परिसर स्वच्छता, रस्त्यांची दुरुस्ती, वृक्षारोपण आणि इतर लोकहिताची कामेही करता येतील.

उत्सवातील संतुलित दृष्टिकोन

आंबेडकर जयंती साजरी करण्यास कोणाचाही विरोध नाही. उलट, हा दिवस समाजासाठी प्रेरणादायी आहे. मात्र उत्सव साजरा करताना काही मर्यादा आणि सामाजिक जबाबदाऱ्या पाळणे आवश्यक आहे. रस्ते बंद न करणे, ध्वनीची पातळी नियंत्रित ठेवणे, अश्लील किंवा असंबंधित गाण्यांऐवजी प्रेरणादायी गीतांचा वापर करणे आणि सार्वजनिक सुविधांचा विचार करणे ही किमान अपेक्षा असावी.

तसेच, उत्सवांसाठी आर्थिक मदत करणाऱ्या लोकप्रतिनिधी आणि संस्थांकडेही सामाजिक उपक्रमांसाठी निधी उपलब्ध करून देण्याची मागणी नागरिक करू शकतात. अशा प्रकारे उत्सव आणि समाजसेवा यांचा सुंदर समन्वय साधता येईल.

बुद्ध आणि बाबासाहेबांच्या विचारांनुसार उत्सव

भगवान बुद्धांनी करुणा, संयम आणि समाजहिताचा मार्ग दाखविला. बाबासाहेबांनी शिक्षण, समता आणि विवेकशीलतेचा संदेश दिला. जर आपल्या उत्सवांमध्ये हे मूल्य प्रत्यक्ष कृतीतून दिसले, तर इतर समाजघटकांनाही बौद्ध धम्माची वैज्ञानिकता, मानवतावाद आणि सामाजिक उपयुक्तता सहजपणे जाणवेल.

आपल्या धर्माची आणि विचारसरणीची ओळख केवळ घोषणांमधून नव्हे, तर आपल्या वर्तनातून आणि कृतीतून निर्माण होते. म्हणूनच आंबेडकर जयंतीचा उत्सव केवळ आनंदाचा नव्हे, तर समाजसेवा, शिक्षण, करुणा आणि परिवर्तनाचा उत्सव बनणे हीच बाबासाहेब आणि भगवान बुद्ध यांना खरी आदरांजली ठरेल.

निष्कर्ष

डॉ. बाबासाहेब आंबेडकर जयंती हा केवळ उत्सवाचा दिवस नसून सामाजिक जागृती, आत्मपरीक्षण आणि परिवर्तनाची प्रेरणा देणारा दिवस आहे. बाबासाहेबांनी दिलेला शिक्षण, समता, बंधुता आणि सामाजिक न्यायाचा संदेश

तसेच भगवान बुद्धांनी दिलेली करुणा, अहिंसा आणि विवेकाची शिकवण आपल्या उत्सवांमधूनही प्रतिबिंबित झाली पाहिजे. उत्सवातील उत्साह आणि जल्लोष महत्त्वाचा असला तरी त्यातून समाजाला काही सकारात्मक लाभ मिळाला, तर त्याचे महत्त्व अधिक वाढते. शिक्षण, आरोग्य, समाजसेवा, पर्यावरण संरक्षण आणि गरजूंना मदत यांसारख्या उपक्रमांद्वारे आपण बाबासाहेबांच्या विचारांना प्रत्यक्ष कृतीत उतरवू शकतो.

✨ *"आपल्या उत्सवांमध्ये बुद्धांची करुणा आणि बाबासाहेबांचा विवेक प्रतिबिंबित झाला, तर तीच त्यांच्या स्मृतींना वाहिलेली सर्वोच्च आदरांजली ठरेल."*

———— ✦ ————

११ श्रामणेर म्हणजे काय?

बौद्ध धर्मात "श्रामणेर" (पाली: सामणेऱ) म्हणजे पूर्ण भिक्षू होण्यापूर्वीचे प्रारंभिक दीक्षाग्रही विद्यार्थी. हा बौद्ध संघातील प्रशिक्षणाचा पहिला टप्पा मानला जातो. ज्या मुलाने किंवा व्यक्तीने बुद्ध, धम्म आणि संघ यांच्यावर श्रद्धा ठेवून सांसारिक जीवनाचा काही अंशी त्याग करून साधे, शिस्तबद्ध आणि धर्माधारित जीवन स्वीकारले, त्याला श्रामणेर म्हटले जाते. मुलींसाठी "*श्रामणेरी*" हा शब्द वापरला जातो.

"*श्रमण*" या शब्दाचा अर्थ तपश्चर्या, संयम आणि आत्मशुद्धीसाठी प्रयत्न करणारा असा होतो. त्यामुळे श्रामणेर म्हणजे धर्मशिक्षण घेणारा नवशिक्या भिक्षू असे म्हणता येईल.

श्रामणेर होण्याचे योग्य वय

बौद्ध परंपरेनुसार साधारणपणे ७ ते ८ वर्षे वयानंतर मुलाला श्रामणेर दीक्षा देता येते. कारण या वयात मुलाला मूलभूत शिस्त, नियम आणि धार्मिक शिक्षण समजण्याची क्षमता विकसित झालेली असते. पाली विनयपिटकात असे सांगितले आहे की, ज्या मुलाला स्वतःची काळजी घेणे, वस्त्रे धारण करणे आणि साधे नियम समजणे शक्य आहे, त्याला श्रामणेर बनवता येते.

तथापि, विविध देशांमध्ये आणि परंपरांमध्ये वयाची पद्धत थोडी वेगळी आढळते. काही ठिकाणी बालकांना अल्पकालीन श्रामणेर दीक्षा दिली जाते, तर काही जण दीर्घकाळ संघात राहून पुढे पूर्ण भिक्षू (भिक्खू) बनतात.

पूर्ण भिक्षू होण्यासाठी साधारणपणे २० वर्षे वय आवश्यक मानले जाते. त्यापूर्वीचा काळ हा प्रशिक्षणाचा आणि चारित्र्यनिर्मितीचा टप्पा असतो.

श्रामणेर दीक्षा किती दिवसांची असते?

श्रामणेर दीक्षा कायमस्वरूपी किंवा तात्पुरती दोन्ही प्रकारची असू शकते. काही जण फक्त काही दिवस, आठवडे किंवा सुट्टीच्या काळात श्रामणेर

जीवन स्वीकारतात. थायलंड, म्यानमार, श्रीलंका यांसारख्या देशांत उन्हाळी शिबिरांसारखी तात्पुरती दीक्षा लोकप्रिय आहे.

काही व्यक्ती अनेक वर्षे श्रामणेर राहून नंतर उपसंपदा घेऊन पूर्ण भिक्षू बनतात.

भारतातही काही बौद्ध विहारांमध्ये मुलांना अल्पकालीन श्रामणेर प्रशिक्षण दिले जाते, ज्यामध्ये शिस्त, ध्यान, प्रार्थना आणि बौद्ध संस्कार शिकवले जातात.

श्रामणेर काय शिकतो ?

श्रामणेर जीवनाचा मुख्य उद्देश नैतिकता, शिस्त, करुणा आणि प्रज्ञा यांचा विकास करणे हा असतो. श्रामणेराला केवळ धार्मिक शिक्षण दिले जात नाही, तर त्याच्या व्यक्तिमत्त्वाची जडणघडणही केली जाते. या प्रशिक्षणामध्ये आध्यात्मिक, नैतिक आणि सामाजिक जीवनाशी संबंधित अनेक गोष्टी शिकवल्या जातात.

१) त्रिशरण आणि पंचशील

श्रामणेर सर्वप्रथम बुद्ध, धम्म आणि संघ यांचे शरण ग्रहण करतो. याला "त्रिशरण" असे म्हणतात. त्याचबरोबर नैतिक जीवनासाठी आवश्यक असलेल्या पंचशीलांचे पालन करण्याचे शिक्षण दिले जाते. अहिंसा, सत्य, प्रामाणिकपणा आणि संयम यांसारख्या मूल्यांचा अंगीकार करण्यावर भर दिला जातो.

२) दहा शील (दशशील)

श्रामणेरासाठी दहा शील अत्यंत महत्त्वाचे मानले जातात. या नियमांमुळे त्याच्या जीवनात शिस्त आणि साधेपणा निर्माण होतो. प्राणीहिंसा न करणे, चोरी न करणे, असत्य न बोलणे, मद्य व नशेपासून दूर राहणे, दुपारनंतर अन्न न घेणे, तसेच नृत्य, गाणे आणि दिखाऊपणा टाळणे अशा नियमांचे पालन शिकवले जाते. या शीलांचा उद्देश मन आणि आचरण शुद्ध ठेवणे हा असतो.

३) बौद्ध धर्मग्रंथांचे अध्ययन

श्रामणेराला बौद्ध धर्मग्रंथांचे प्राथमिक शिक्षण दिले जाते. त्यामध्ये पाली भाषेचा अभ्यास, बुद्धांचे उपदेश, सुत्त पठण, परित्राण पाठ, धम्मपद आणि जातक कथा यांचा समावेश असतो. या अध्ययनातून नैतिकता, करुणा, प्रज्ञा आणि जीवनमूल्यांचे ज्ञान मिळते.

४) ध्यान आणि मनशांती

श्रामणेर प्रशिक्षणात ध्यानाला विशेष महत्त्व दिले जाते. अनापानसती म्हणजे श्वासावर लक्ष केंद्रित करणे, मैत्री भावना विकसित करणे आणि विपश्यना यांसारख्या ध्यानपद्धती शिकवल्या जातात. ध्यानामुळे मन शांत, एकाग्र आणि संयमी बनण्यास मदत होते.

५) शिस्तबद्ध जीवन

श्रामणेराला साधे आणि शिस्तबद्ध जीवन जगण्याचे प्रशिक्षण दिले जाते. लवकर उठणे, स्वच्छता राखणे, साधेपणा अंगीकारणे, वडीलधाऱ्यांचा आदर करणे, संयम पाळणे आणि सामूहिक जीवनाशी जुळवून घेणे यांवर भर दिला जातो. यामुळे आत्मशिस्त आणि जबाबदारीची भावना विकसित होते.

श्रामणेर दीक्षेची प्रक्रिया

श्रामणेर दीक्षेदरम्यान काही धार्मिक आणि प्रतीकात्मक विधी पार पाडले जातात. सर्वप्रथम डोक्यावरील केस काढले जातात, जे अहंकार, मोह आणि आसक्तीचा त्याग दर्शवतात. त्यानंतर पिवळे, भगवे किंवा तपकिरी वस्त्र धारण केले जाते, जे साधेपणा आणि संन्यस्त जीवनाचे प्रतीक मानले जाते.

दीक्षेच्या वेळी श्रामणेर बुद्ध, धम्म आणि संघ यांचे शरण ग्रहण करतो तसेच दशशील स्वीकारतो. त्यानंतर गुरु भिक्षूंकडून त्याला धर्मशिक्षण, शिस्त आणि ध्यान यांचे मार्गदर्शन दिले जाते.

ही प्रक्रिया केवळ बाह्य रूपांतर नसून मानसिक, नैतिक आणि आध्यात्मिक परिवर्तनाचे प्रतीक मानली जाते. श्रामणेर जीवनातून व्यक्तीमध्ये संयम,

करुणा, साधेपणा आणि आत्मनियंत्रण यांसारखे गुण विकसित होण्यास मदत होते.

श्रामणेर आणि शिक्षण

प्राचीन भारतातील बौद्ध विहार हे शिक्षणकेंद्र होते. अनेक श्रामणेर पुढे विद्वान भिक्षू, शिक्षक किंवा तत्त्वज्ञ बनले. नालंदा, तक्षशिला आणि विक्रमशिला यांसारख्या विद्यापीठांमध्येही बौद्ध विद्यार्थ्यांना धार्मिक तसेच तर्कशास्त्र, वैद्यक, भाषा आणि तत्त्वज्ञानाचे शिक्षण दिले जात असे.

आजही अनेक बौद्ध देशांमध्ये श्रामणेरांना आधुनिक शिक्षणासोबत नैतिक आणि आध्यात्मिक शिक्षण दिले जाते.

श्रामणेर जीवनाचे उद्दिष्ट

श्रामणेर जीवनाचा उद्देश केवळ संन्यास घेणे नसून व्यक्तिमत्त्व घडवणे हा आहे. संयम, साधेपणा, करुणा, अहिंसा आणि आत्मशिस्त या गुणांचा विकास करून व्यक्तीला उत्तम मानव बनवणे हे त्यामागचे मुख्य तत्त्व आहे.

बुद्धांनी मध्यम मार्गाचा उपदेश केला. त्यामुळे श्रामणेर जीवनातही अतिरेक टाळून शांत, विवेकी आणि शिस्तबद्ध जीवन जगण्यावर भर दिला जातो.

निष्कर्ष

श्रामणेर ही बौद्ध संघातील प्रारंभिक पण अत्यंत महत्त्वाची अवस्था आहे. या अवस्थेत व्यक्ती धर्म, नैतिकता, ध्यान आणि शिस्त यांचे मूलभूत शिक्षण घेते. योग्य मार्गदर्शनाखाली श्रामणेर जीवन व्यक्तीच्या चारित्र्यनिर्मितीस, मानसिक विकासास आणि आध्यात्मिक प्रगतीस उपयुक्त ठरते.

✨ *"बौद्ध परंपरेत श्रामणेर हा केवळ नवशिक्या भिक्षू नसून धम्ममार्गावर चालण्याची सुरुवात करणारा साधक मानला जातो."*

१२ धम्म आणि आधुनिक वैवाहिक परंपरा

बौद्ध विवाह

बौद्ध धर्मानुसार विवाह हा केवळ सामाजिक करार किंवा धार्मिक कर्मकांड नसून, दोन व्यक्तींनी परस्पर समजूतदारपणा, नैतिकता, प्रेम, जबाबदारी आणि धम्माच्या मार्गाने एकत्र जीवन जगण्याची घेतलेली प्रतिज्ञा आहे. बौद्ध विवाहात देवपूजा, यज्ञ किंवा दैवी हस्तक्षेपाला केंद्रस्थानी ठेवले जात नाही; त्याऐवजी धम्म, नैतिक आचरण आणि परस्पर सन्मान यांना महत्त्व दिले जाते. त्यामुळे बौद्ध विवाह हा "धम्माधारित सहजीवनाचा संकल्प" मानला जातो.

विवाह स्थळाची तयारी

विवाह सोहळ्याच्या सुरुवातीला मंडप किंवा स्थळ साधेपणाने सजवले जाते. स्वच्छ ठिकाणी बुद्धमूर्ती किंवा बुद्धांचे चित्र ठेवले जाते. समोर फुले, दिवा आणि अगरबत्ती ठेवली जातात; परंतु त्यांचा उद्देश देवपूजा नसून आदर आणि कृतज्ञतेचे प्रतीक असतो. भिक्खू किंवा भन्ते यांच्यासाठी आसन ठेवले जाते, तसेच नवरा-नवरीसाठी समोरासमोर किंवा बाजूला आसनाची व्यवस्था केली जाते. काही परंपरांमध्ये पाण्याचे भांडे आणि पांढरा धागाही ठेवला जातो. यामागील मुख्य अर्थ असा की विवाह हा धम्म साक्षीने होत आहे, देवपूजेने नव्हे.

यानंतर उपस्थितांचे स्वागत केले जाते आणि विवाह हा केवळ दोन व्यक्तींचा नव्हे, तर दोन कुटुंबांचा, दोन जीवनप्रवासांचा आणि धम्ममार्गावर चालणाऱ्या सहजीवनाचा शुभ आरंभ आहे, असे सांगितले जाते. त्यानंतर सर्वजण मिळून "नमो तस्स भगवतो अरहतो सम्मासंबुद्धस्स" हा बुद्धवंदनेचा मंत्र तीनदा म्हणतात. यामधून बुद्धांप्रती आदर, कृतज्ञता आणि प्रज्ञेचे स्मरण व्यक्त केले जाते.

धम्मवंदना आणि नैतिक जीवनाची प्रतिज्ञा

पुढील टप्प्यात नवदांपत्य त्रिशरण ग्रहण करते. भन्ते त्यांना "*बुद्धं सरणं गच्छामि, धम्मं सरणं गच्छामि, सङ्घं सरणं गच्छामि*" असे म्हणवून घेतात. याचा अर्थ ते बुद्धांच्या प्रज्ञेचा, धम्माच्या नैतिकतेचा आणि संघाच्या मार्गदर्शनाचा स्वीकार करून जीवन जगण्याचा संकल्प करतात. त्यानंतर पंचशील ग्रहण केले जाते. पंचशीलाद्वारे हिंसा टाळणे, चोरी न करणे, वैवाहिक निष्ठा राखणे, सत्य बोलणे आणि व्यसनांपासून दूर राहणे यांची प्रतिज्ञा घेतली जाते. हेच विवाहाचे नैतिक पायाभूत तत्त्व मानले जाते.

यानंतर भिक्खू विविध पिरिथ सुत्तांचे पठण करतात. त्यामध्ये मंगल सुत्त, रतन सुत्त, करणीय मेत्ता सुत्त आणि काही ठिकाणी जयमंगल गाथा यांचा समावेश असतो. या सुत्तांमधून नवदांपत्याच्या जीवनात सुख, संरक्षण, मैत्रीभाव, प्रेम आणि करुणा नांदो अशी मंगलकामना व्यक्त केली जाते.

बौद्ध विवाहातील सर्वात महत्त्वाचा भाग म्हणजे परस्पर वचन किंवा विवाह प्रतिज्ञा. ही धार्मिक मंत्र नसून धम्माधारित नैतिक वचने असतात. वर वधूला सहचारिणी म्हणून स्वीकारून तिचा सन्मान, विश्वास आणि सुख-दुःखात साथ देण्याचे वचन देतो. वधूही पतीला सहचर म्हणून स्वीकारून प्रेम, निष्ठा आणि सहजीवनातील जबाबदाऱ्या पार पाडण्याची प्रतिज्ञा करते. या वचनांमधून विवाह हा समानतेवर आधारित सहजीवन आहे, हे स्पष्ट होते.

एकता, मंगलता आणि परस्पर बांधिलकीचे प्रतीक

काही परंपरांमध्ये भन्ते नवदांपत्याच्या हातात पांढरा धागा बांधतात किंवा पवित्र पाणी शिंपडतात. याचा अर्थ एकता, शुद्धता आणि संरक्षण असा घेतला जातो. आधुनिक बौद्ध विवाहांमध्ये अंगठी किंवा माळांची देवाणघेवाणही केली जाते, जरी ती बौद्ध धर्मातील अनिवार्य परंपरा नाही. ती परस्पर स्वीकृती आणि बांधिलकीचे प्रतीक मानली जाते.

सिगालोवाद सुत्तातील वैवाहिक शिकवण

विवाह सोहळ्यात भन्ते नवदांपत्याला उपदेशही देतात. विशेषतः सिगालोवाद सुत्ता मध्ये भगवान बुद्धांनी गृहस्थ जीवनासाठी सांगितलेल्या शिकवणीचे स्मरण करून दिले जाते. बुद्धांच्या मते विवाह म्हणजे फक्त दोन व्यक्तींचे नाते नसून, समजूतदारपणा, जबाबदारी, विश्वास आणि मैत्री यांचा सुंदर संगम आहे. पतीने पत्नीचा सन्मान करावा, तिच्याशी प्रेमाने वागावे, निष्ठावंत राहावे आणि तिच्या सुरक्षिततेची काळजी घ्यावी, असे सांगितले जाते.

त्याचप्रमाणे पत्नीने घर प्रेमाने सांभाळावे, कुटुंबात सौहार्द राखावे, प्रामाणिक राहावे आणि जबाबदाऱ्या दक्षतेने पार पाडाव्यात, असेही सांगितले जाते. बुद्ध स्पष्टपणे सांगतात की पत्नी दासी नाही आणि पती स्वामी नाही; दोघेही जीवनप्रवासातील समान सहकारी आहेत.

आशीर्वाद दान, आणि समारोप

समारोपाच्या वेळी भिक्खू नवदांपत्याला "सुखी दीघायू भव", "समग्गा सम्मोदमानाः" आणि "धम्मेन जीवनं यापेथ" असे आशीर्वाद देतात. त्यानंतर नवदांपत्य आणि कुटुंबीय भिक्खूंना अन्न, वस्त्र किंवा इतर वस्तूंचे दान देतात. संसाराची सुरुवात दान, कृतज्ञता आणि पुण्यकर्माने व्हावी, हा त्यामागील हेतू असतो. शेवटी पालक, नातेवाईक आणि वडीलधारी मंडळी शुभेच्छा देतात आणि सामूहिक भोजनाने मंगलकार्याचा समारोप होतो.

बौद्ध विवाहाची मुख्य तत्त्वे

थोडक्यात सांगायचे झाल्यास, बौद्ध विवाहाची मुख्य तत्त्वे म्हणजे – देव साक्षीऐवजी धम्म साक्षी, मंत्रांपेक्षा नैतिक वचनांना महत्त्व, समानता, परस्पर सन्मान आणि संयुक्त साधना.

✨ "बौद्ध विवाह हा **"प्रेम + जबाबदारी + नैतिकता + जागरूकता"** यांचा धम्माधारित संकल्प मानला जातो."

मंगळसूत्र आणि बौद्ध धर्माचा दृष्टिकोन

मंगळसूत्र ही भारतीय विवाहपरंपरेतील एक महत्त्वाची सांस्कृतिक प्रथा मानली जाते. विशेषतः हिंदू विवाहसंस्कृतीत पती-पत्नीच्या वैवाहिक नात्याचे प्रतीक म्हणून वधूच्या गळ्यात मंगळसूत्र बांधले जाते. त्यामुळे त्याला धार्मिक, सांस्कृतिक आणि सामाजिक अर्थ जोडलेले असतात. अनेक समाजांमध्ये ते वैवाहिक ओळख आणि पती-पत्नीतील बांधिलकीचे प्रतीक म्हणून पाहिले जाते.

बौद्ध धर्मात मंगळसूत्राबाबत काय ?

परंतु गौतम बुद्धयांच्या शिकवणीत मंगळसूत्र घालणे किंवा न घालणे याबाबत कोणताही स्पष्ट आदेश आढळत नाही. बुद्धांनी विवाहाला धार्मिक कर्मकांडापेक्षा नैतिक आणि सामाजिक सहजीवनाचा करार मानले. बौद्ध धर्मात बाह्य चिन्हांपेक्षा परस्पर आदर, विश्वास, समता, करुणा आणि पंचशीलानुसार जीवन जगणे यांना अधिक महत्त्व दिले जाते. त्यामुळे मंगळसूत्र हे बौद्ध धर्मातील अनिवार्य घटक मानले जात नाही.

नवबौद्ध दृष्टीकोन

डॉ. बाबासाहेब आंबेडकर.यांनी १४ ऑक्टोबर १९५६ रोजीदीक्षाभूमीयेथे बौद्ध धर्म स्वीकारल्यानंतर अनेक नवबौद्धांनी काही पारंपरिक हिंदू प्रतीकांपासून वैचारिक अंतर ठेवण्याचा प्रयत्न केला. त्यामुळे काही नवबौद्ध विवाहसमारंभांमध्ये मंगळसूत्र न वापरण्याचा निर्णय घेतला जातो आणि त्याऐवजी धम्मवंदना, त्रिशरण आणि पंचशील यांना अधिक महत्त्व दिले जाते. तरीही हे सर्वांसाठी बंधनकारक नसून प्रत्येक कुटुंबाची वैयक्तिक निवड असते.

स्त्री-पुरुष समतेचा मुद्दा

स्त्री-पुरुष समतेच्या दृष्टीनेही मंगळसूत्राबाबत चर्चा केली जाते. काही बौद्ध विचारवंतांच्या मते मंगळसूत्र ही अशी प्रथा आहे जी प्रामुख्याने स्त्रीलाच

पाळावी लागते, तर पुरुषासाठी तशी सक्ती नसते. त्यामुळे समतेच्या तत्त्वावर काही कुटुंबे ही प्रथा टाळतात. दुसरीकडे अनेक कुटुंबे ते केवळ सांस्कृतिक परंपरा आणि वैवाहिक प्रतीक म्हणून स्वीकारतात. थोडक्यात, बौद्ध धर्मात मंगळसूत्र अनिवार्य मानले जात नाही. ते घालणे किंवा न घालणे ही पूर्णपणे वैयक्तिक आणि कुटुंबाची निवड आहे. बौद्ध विवाहाचा खरा आधार बाह्य चिन्हांमध्ये नसून विश्वास, समता, करुणा आणि नैतिक जीवनात आहे.

✨ *"बुद्धांचा संदेश स्पष्ट आहे – बाह्य प्रतीकांपेक्षा आचरण आणि नैतिकता अधिक महत्त्वाची आहे."*

लग्नाआधी हळद लावण्याची परंपरा आणि बौद्ध धर्माचा दृष्टिकोन

भारतीय विवाहसंस्कृतीत लग्नाआधी नवरा-नवरीला हळद लावण्याची परंपरा खूप जुनी आणि लोकप्रिय मानली जाते. हळद ही आरोग्यदायी, स्वच्छता राखणारी आणि मंगलतेचे प्रतीक मानली गेली असल्यामुळे विवाहापूर्वी शरीरशुद्धी आणि शुभारंभ म्हणून हा समारंभ केला जातो. हळदीमुळे त्वचेची स्वच्छता, ताजेपणा आणि आरोग्य लाभते, तसेच कुटुंबीय आणि नातेवाईक एकत्र येऊन आनंद साजरा करतात. त्यामुळे ही प्रथा केवळ धार्मिक नसून सांस्कृतिक, सामाजिक आणि कौटुंबिक परंपरेचा भाग म्हणूनही पाहिली जाते.

बौद्ध धर्मात काय सांगितले आहे ?

गौतम बुद्धयांनी विवाहासाठी कोणताही विशिष्ट धार्मिक विधी सांगितलेला नाही. बौद्ध धर्मात विवाह हा सामाजिक जबाबदारी, परस्पर सहकार्य आणि नैतिक जीवनाची सुरुवात मानला जातो. त्यामुळे हळद लावणे हे बौद्ध

धर्मात ना अनिवार्य आहे, ना निषिद्ध. बौद्ध दृष्टिकोनानुसार कोणत्याही विधीपेक्षा त्या मागील हेतू आणि आचरण अधिक महत्त्वाचे असते.

नवबौद्ध दृष्टीकोन

डॉ. बाबासाहेब आंबेडकर.यांनी १४ ऑक्टोबर १९५६ रोजीदीक्षाभूमीयेथे बौद्ध धर्म स्वीकारल्यानंतर अनेक नवबौद्धांनी अंधश्रद्धा, जातीय प्रतीके आणि अनावश्यक कर्मकांड कमी करण्यावर भर दिला. त्यामुळे काही नवबौद्ध कुटुंबे हळद समारंभ साध्या पद्धतीने करतात आणि त्याकडे आरोग्य, आनंद आणि सांस्कृतिक परंपरा म्हणून पाहतात. काही कुटुंबे अंधश्रद्धा किंवा दिखावा टाळण्यासाठी हा समारंभ पूर्णपणे टाळण्याचाही निर्णय घेतात.

बौद्ध तत्त्वज्ञानाच्या दृष्टीने पाहिले तर हळद लावण्यामागे अंधविश्वास, स्त्री-पुरुष असमानता किंवा आर्थिक दिखावा नसल्यास ती एक सांस्कृतिक परंपरा म्हणून स्वीकारली जाऊ शकते. बुद्धांचा मूलभूत संदेश विवेक, मध्यम मार्ग आणि करुणा यांवर आधारित आहे. त्यामुळे कोणतीही परंपरा स्वीकारताना तिच्यामागील हेतू, समता आणि नैतिकता महत्त्वाची मानली जाते.

✨ निष्कर्ष

थोडक्यात, हळद लावणे बौद्ध धर्मात बंधनकारक नाही, परंतु ते चुकीचेही मानले जात नाही, जर त्यामागे अंधश्रद्धा नसली तर. बौद्ध दृष्टिकोन सांगतो की बाह्य विधीपेक्षा अंतर्मनातील शुद्धता, परस्पर आदर, समता आणि नैतिक जीवन अधिक महत्त्वाचे आहे.

✨ "अशा प्रकारे, बौद्ध दृष्टिकोनातून हळद समारंभाचा खरा अर्थ बाह्य कर्मकांडात नसून आनंद, आपुलकी, समता आणि जागरूकतेने नवजीवनाची सुरुवात करण्यात आहे."

"शनिवार" शुभ-अशुभ का ? – बौद्ध धर्माचा दृष्टिकोन

भारतीय समाजात अनेक लोक विवाह, हळद, गृहप्रवेश किंवा इतर मंगलकार्यांसाठी विशिष्ट दिवस शुभ किंवा अशुभ मानतात. विशेषतः शनिवारबद्दल काही ठिकाणी भीती किंवा संकोच आढळतो. यामागे शनी ग्रह, ग्रहदोष, वारदोष, नक्षत्र आणि ज्योतिषशास्त्राशी संबंधित श्रद्धा कारणीभूत असतात. त्यामुळे काही कुटुंबे शनिवारच्या दिवशी लग्न किंवा इतर समारंभ टाळण्याचा प्रयत्न करतात. ही धारणा मुख्यतः पारंपरिक आणि ज्योतिषाधारित विश्वासांवर आधारित आहे.

बौद्ध धर्माचा दृष्टिकोन

परंतु गौतम बुद्धयांच्या शिकवणीत कोणताही दिवस स्वतःत शुभ किंवा अशुभ मानलेला नाही. बौद्ध धर्मात ग्रह, नक्षत्र किंवा वारदोष यांच्या आधारे जीवनातील निर्णय घेण्यापेक्षा विवेक, नैतिकता आणि कर्माला अधिक महत्त्व दिले जाते. बुद्धांनी मनुष्याच्या जीवनावर त्याच्या कृती, विचार आणि आचरणाचा परिणाम होतो असे सांगितले. त्यामुळे एखादा दिवस वाईट आहे म्हणून दुःख येते किंवा एखादा दिवस शुभ आहे म्हणून यश मिळते, अशी धारणा बौद्ध तत्त्वज्ञानात केंद्रस्थानी नाही.

कृती आणि हेतूचे महत्त्व

बौद्ध दृष्टिकोनानुसार कोणताही दिवस आपोआप मंगल किंवा अमंगल नसतो. एखाद्या दिवशी केलेल्या कृती, त्यामागील हेतू आणि व्यक्तीचे नैतिक आचरण यावर त्या कृतीचे परिणाम अवलंबून असतात. जर विवाह प्रेम, समता, जबाबदारी आणि परस्पर आदराच्या भावनेने केला जात असेल, तर तो कोणत्याही दिवशी मंगलच मानला जाऊ शकतो. त्याचप्रमाणे हळद किंवा इतर सांस्कृतिक समारंभही आनंद, आपुलकी आणि कुटुंबीयांच्या सहभागासाठी केले जात असतील, तर शनिवार असल्यामुळे ते चुकीचे ठरत नाहीत.

विवेक आणि मध्यम मार्ग

बुद्धांनी अंधश्रद्धेपेक्षा जागरूकता, मध्यम मार्ग आणि तर्कशुद्ध विचार यांवर भर दिला. त्यामुळे भीती, ग्रहदोष किंवा अशुभतेच्या कल्पनांमुळे निर्णय घेण्याऐवजी शांतपणे विचार करून योग्य कृती करणे अधिक महत्त्वाचे मानले जाते. बौद्ध धर्म व्यक्तीला स्वतःच्या कृतींसाठी जबाबदार मानतो आणि बाह्य ग्रह-ताऱ्यांपेक्षा अंतर्मनातील विचार व आचरणाला प्रधान मानतो.

आंबेडकरी आणि नवबौद्ध दृष्टिकोन

डॉ. बाबासाहेब आंबेडकर.यांनीही नवबौद्ध समाजात अंधश्रद्धा आणि अविवेकी परंपरांपासून दूर राहण्याचा संदेश दिला. त्यांच्या विचारांनुसार धर्म हा माणसाला भीतीत ठेवण्यासाठी नसून त्याला स्वाभिमानी, विवेकी आणि नैतिक बनवण्यासाठी असतो. त्यामुळे अनेक नवबौद्ध कुटुंबे शनिवारसारख्या दिवसांबाबत भीती न बाळगता सोयीप्रमाणे आणि समजुतीने विवाह किंवा समारंभ आयोजित करतात.

निष्कर्ष

थोडक्यात, बौद्ध धर्मानुसार शनिवार हा स्वतःत ना शुभ आहे ना अशुभ. दिवसापेक्षा त्या दिवशी केलेली कृती, त्यामागील हेतू आणि नैतिकता अधिक महत्त्वाची मानली जाते.

✨ *"बुद्धांचा संदेश स्पष्ट आहे – दिवस नव्हे, तर आपल्या कृती, विचार आणि आचरण शुभ असावेत."*

साखरपुडा (Engagement) आणि बौद्ध धर्माचा दृष्टिकोन

साखरपुडा हा विवाहापूर्वी होणारा एक सामाजिक आणि कौटुंबिक समारंभ मानला जातो. या समारंभामध्ये दोन्ही कुटुंबांची औपचारिक संमती व्यक्त केली जाते, तसेच होणाऱ्या विवाहाची सार्वजनिक घोषणा केली जाते. साखरपुड्याद्वारे नवरा-नवरी आणि त्यांच्या कुटुंबांमध्ये परस्पर विश्वास व वचनबद्धतेची सुरुवात होते. भारतीय समाजात ही एक सांस्कृतिक परंपरा म्हणून प्रचलित आहे आणि अनेक ठिकाणी विवाहपूर्व संबंध अधिकृतपणे स्वीकारण्याचा टप्पा म्हणून पाहिली जाते.

बौद्ध धर्मात साखरपुड्याबाबत काय सांगितले आहे?
गौतम बुद्धयांनी विवाह किंवा साखरपुड्यासाठी कोणताही विशिष्ट धार्मिक विधी सांगितलेला नाही. बौद्ध धर्माचा मुख्य भर नैतिक जीवन, परस्पर संमती, समानता, जबाबदारी आणि पंचशीलानुसार आचरण यांवर आहे. त्यामुळे साखरपुडा हा बौद्ध धर्मातील अनिवार्य धार्मिक विधी मानला जात नाही. बौद्ध दृष्टिकोनानुसार विवाहाचे खरे मूल्य बाह्य समारंभांपेक्षा विश्वास, समजूतदारपणा आणि नैतिक सहजीवनात आहे.

नवबौद्ध दृष्टिकोन
डॉ. बाबासाहेब आंबेडकर.यांनी १४ ऑक्टोबर १९५६ रोजीदीक्षाभूमीयेथे बौद्ध धर्म स्वीकारल्यानंतर अनेक नवबौद्धांनी विवाहातील अंधश्रद्धा, हुंडा आणि अनावश्यक खर्च कमी करण्यावर भर दिला. त्यामुळे काही नवबौद्ध कुटुंबे साखरपुडा अतिशय साध्या पद्धतीने करतात. काहीजण फक्त जवळच्या कुटुंबीयांच्या उपस्थितीत संमती जाहीर करतात, तर काही कुटुंबे हा समारंभ पूर्णपणे टाळण्याचाही निर्णय घेतात. त्यांच्या मते विवाहातील मुख्य गोष्ट म्हणजे परस्पर समजूतदारपणा आणि नैतिक बांधिलकी.

साखरपुडा आवश्यक आहे का ?

धार्मिक दृष्टीने पाहता साखरपुडा बंधनकारक नाही. परंतु सामाजिक दृष्टिकोनातून तो दोन्ही कुटुंबांना तयारी, स्पष्टता आणि परस्पर संवादासाठी उपयुक्त ठरू शकतो. जर साखरपुड्यामध्ये हुंडा, आर्थिक दिखावा किंवा स्त्री-पुरुष असमानता नसली, तर तो केवळ एक साधा सामाजिक समारंभ म्हणून स्वीकारला जाऊ शकतो. बौद्ध तत्वज्ञानात कोणत्याही विधीपेक्षा त्यामागील हेतू आणि नैतिकता अधिक महत्त्वाची मानली जाते.

निष्कर्ष

थोडक्यात, साखरपुडा हा बौद्ध धर्मात आवश्यक धार्मिक विधी नाही. तो करायचा किंवा न करायचा हा पूर्णपणे वैयक्तिक आणि कुटुंबाचा निर्णय आहे. बौद्ध विचारसरणी सांगते की विवाहाचे खरे मूल्य समारंभांमध्ये नसून विश्वास, समता, परस्पर आदर आणि नैतिक जीवनात आहे.

✨ *"बुद्धांचा मार्ग स्पष्ट आहे – बाह्य विधीपेक्षा आचरण आणि जागरूकता अधिक महत्त्वाची आहे."*

———— ✦ ————

हनीमून आणि बौद्ध धर्माचा दृष्टिकोन

हनीमून हा विवाहानंतर नवरा-नवरीने काही दिवस एकत्र प्रवास करणे, विश्रांती घेणे किंवा शांतपणे वेळ घालवण्याचा आधुनिक सामाजिक प्रघात मानला जातो. हा कोणताही धार्मिक विधी नसून वैयक्तिक, सांस्कृतिक आणि सामाजिक निवडीचा भाग आहे. अनेक जोडपी विवाहानंतर एकमेकांना अधिक समजून घेण्यासाठी, सहजीवनाची सुरुवात आनंदाने करण्यासाठी आणि दैनंदिन गडबडीपासून दूर काही वेळ एकत्र घालवण्यासाठी हनीमूनला जातात.

बौद्ध धर्म काय सांगतो ?

गौतम बुद्धयांनी विवाहानंतर हनीमून करावा किंवा करू नये असा कोणताही स्पष्ट आदेश दिलेला नाही. बौद्ध धर्माचा मुख्य भर परस्पर आदर, विश्वास, जबाबदारी, संयम आणि नैतिक आचरण यांवर आहे. तसेच पंचशीलानुसार जीवन जगणे आणि एकमेकांशी प्रामाणिक राहणे याला महत्त्व दिले जाते. त्यामुळे हनीमून हा बौद्ध धर्मात ना अनिवार्य आहे, ना निषिद्ध. बौद्ध दृष्टिकोनानुसार एखादी गोष्ट योग्य की अयोग्य हे तिच्यामागील हेतू आणि वर्तनावर अवलंबून असते.

नवबौद्ध दृष्टिकोन

डॉ. बाबासाहेब आंबेडकर.यांनी १४ ऑक्टोबर १९५६ रोजीदीक्षाभूमीयेथे बौद्ध धर्म स्वीकारल्यानंतर नवबौद्ध समाजात साधेपणा, समता आणि विवेकशील जीवनावर भर देण्यात आला. त्या दृष्टीने अनेक नवबौद्ध कुटुंबांच्या मते हनीमून हा केवळ दिखावा, भपका किंवा अनावश्यक खर्चाचा भाग नसावा. उलट तो नवदांपत्याने एकमेकांना समजून घेण्यासाठी, शांततेत वेळ घालवण्यासाठी आणि परस्पर विश्वास अधिक दृढ करण्यासाठीचा प्रसंग असू शकतो. मात्र अति खर्च, दिखावा किंवा नैतिक मूल्यांना विरोधी वर्तन टाळणे महत्त्वाचे मानले जाते.

बौद्ध तत्त्वज्ञानानुसार विचार

बौद्ध धर्म "मध्यम मार्ग" शिकवतो. याचा अर्थ अति विलासही नको आणि अति त्यागही नको. जीवनात संतुलन, संयम आणि विवेक राखणे महत्त्वाचे आहे. त्यामुळे जर हनीमून परस्पर प्रेम, विश्वास, मैत्री आणि समज वाढवण्यासाठी असेल, तसेच जबाबदारी आणि नैतिकता जपत साजरा केला जात असेल, तर तो बौद्ध मूल्यांशी विसंगत मानला जात नाही. बौद्ध दृष्टिकोन बाह्य स्वरूपापेक्षा अंतर्मनातील भावना आणि आचरणाला अधिक महत्त्व देतो.

निष्कर्ष

थोडक्यात, हनीमून करणे बौद्ध धर्मात बंधनकारक नाही आणि न करणेही चुकीचे मानले जात नाही. बौद्ध धर्माच्या दृष्टीने सर्वात महत्त्वाची गोष्ट म्हणजे नात्यातील करुणा, समता, संयम, जबाबदारी आणि नैतिक जीवन.

✨ *"बुद्धांचा संदेश स्पष्ट आहे – ठिकाण किंवा बाह्य दिखावा महत्त्वाचा नाही; महत्त्वाचे आहे ते परस्पर प्रेम, जागरूकता आणि योग्य आचरण."*

बौद्ध धर्माचा आंतरजातीय विवाहाबाबत दृष्टिकोन

गौतम बुद्धयांनी आपल्या शिकवणीत स्पष्ट सांगितले की मनुष्य महान किंवा नीच जन्मामुळे होत नाही, तर त्याच्या कर्म, आचरण आणि नैतिक जीवनामुळे होतो. बौद्ध धर्मात जात, वर्ण, कुल किंवा जन्माला आध्यात्मिक श्रेष्ठत्वाचे स्थान दिलेले नाही. धम्माचा पाया समता, करुणा, प्रज्ञा आणि नैतिक जीवन यांवर आधारित आहे. त्यामुळे कोणताही मनुष्य केवळ जन्मामुळे श्रेष्ठ किंवा कनिष्ठ ठरत नाही, ही बौद्ध धर्माची मूलभूत भूमिका आहे.

जातिभेदाबाबत बौद्ध भूमिका

बौद्ध धर्माने जातिव्यवस्थेला मान्यता दिलेली नाही. जन्मावर आधारित श्रेष्ठत्व, भेदभाव आणि सामाजिक अन्याय बुद्धांनी नाकारले. सर्व मानव समान आहेत आणि प्रत्येकाला धम्ममार्गावर चालण्याचा समान अधिकार आहे, हा बौद्ध विचारांचा केंद्रबिंदू आहे. त्यामुळे आंतरजातीय विवाहाला बौद्ध धर्मात कोणतीही धार्मिक आडकाठी मानली जात नाही. उलट, मनुष्याच्या मूल्यांकनात जात नसून त्याचे चारित्र्य, विचार आणि आचरण महत्त्वाचे मानले जाते.

डॉ. बाबासाहेब आंबेडकरांचा दृष्टिकोन

डॉ. बाबासाहेब आंबेडकर.यांनी जातिव्यवस्थेविरोधात संघर्ष करताना आंतरजातीय विवाहाला सामाजिक परिवर्तनाचे महत्त्वाचे साधन मानले. त्यांनी स्पष्टपणे सांगितले होते की “जात नष्ट करायची असेल तर आंतरजातीय विवाह आवश्यक आहे.” त्यांच्या मते विवाह हा दोन व्यक्तींमधील समताधिष्ठित आणि स्वेच्छेचा निर्णय असावा. विवाहात जात, पात, भेदभाव किंवा सामाजिक उच्च-नीचतेला स्थान नसावे. त्यामुळे नवबौद्ध विचारसरणीत आंतरजातीय विवाहाला सामाजिक समतेच्या दिशेने सकारात्मक पाऊल मानले जाते.

बौद्ध नैतिक दृष्टिकोन

बौद्ध धर्मानुसार विवाह करताना सर्वात महत्त्वाच्या गोष्टी म्हणजे परस्पर संमती, समानता, चारित्र्य, जबाबदारी आणि पंचशीलानुसार जीवन जगण्याची तयारी. जात हा विवाहाचा निकष मानला जात नाही. जर दोन व्यक्ती परस्पर आदर, विश्वास आणि नैतिकतेच्या आधारावर सहजीवन जगण्यास तयार असतील, तर त्यांचा विवाह बौद्ध मूल्यांशी सुसंगत मानला जातो.

निष्कर्ष

थोडक्यात, बौद्ध धर्म आंतरजातीय विवाहाला पूर्णतः मान्यता देतो. जातिभेद, जन्मावर आधारित श्रेष्ठत्व आणि सामाजिक भेदभाव हे बौद्ध तत्त्वज्ञानाशी विसंगत मानले जातात. बौद्ध धर्माचा मुख्य संदेश समता, मानवता आणि नैतिक जीवन हा आहे.

✨ *"धम्म स्पष्ट सांगतो – मनुष्याचा सन्मान त्याच्या जन्मामुळे नव्हे, तर त्याच्या कर्म, विचार आणि आचरणामुळे ठरतो."*

१३ आधुनिक कुटुंबासाठी बौद्ध जीवनशैली -

२१ व्या शतकात भारतीय कुटुंबसंस्था अनेक सामाजिक, आर्थिक आणि मानसिक आव्हानांना सामोरी जात आहे. वाढती महागाई, शिक्षणाचा वाढलेला खर्च, नोकरीतील अस्थिरता, डिजिटल व्यसन, कौटुंबिक तणाव आणि वृद्धांची उपेक्षा यामुळे आधुनिक कुटुंबाचे संतुलन बिघडताना दिसते. अशा परिस्थितीत गौतम बुद्धयांची जीवनदृष्टी केवळ आध्यात्मिक मार्गदर्शन देणारी नसून सामाजिक, मानसिक आणि आर्थिक स्थैर्य देणारी ठरते. बौद्ध जीवनशैली म्हणजे केवळ पूजा-पाठ किंवा धार्मिक विधी नव्हेत; ती विचार, वर्तन आणि दैनंदिन व्यवहारातील सजग परिवर्तनाची प्रक्रिया आहे.

सकाळची धम्ममय सुरुवात

बौद्ध कुटुंबातील दिवसाची सुरुवात शांतता, सजगता आणि सकारात्मकतेने व्हावी असे मानले जाते. लवकर उठणे, शरीर आणि मन स्वच्छ ठेवणे, काही मिनिटे श्वासावर लक्ष केंद्रित करून ध्यान करणे, त्रिशरण आणि पंचशीलाचे स्मरण करणे यामुळे मन संतुलित राहते. "आज मी कोणालाही दुखावणार नाही" अशी अंतर्मनातील प्रतिज्ञा व्यक्तीला अधिक संवेदनशील आणि जागरूक बनवते. अशा सवयींमुळे दैनंदिन तणाव कमी होतो आणि मानसिक स्थैर्य वाढते.

बौद्ध जीवनशैलीचा तात्त्विक पाया

बौद्ध जीवनशैलीचा पाया शील, समाधी आणि प्रज्ञा या त्रिसूत्रींवर आधारित आहे. शील म्हणजे नैतिकता, समाधी म्हणजे मानसिक स्थैर्य आणि प्रज्ञा म्हणजे विवेकबुद्धी. ही तत्त्वे आर्य अष्टांगिक मार्गात सविस्तरपणे मांडली आहेत. बुद्धांनी सांगितलेला मध्यम मार्ग हा आधुनिक जीवनासाठी अत्यंत उपयुक्त मानला जातो. अति सुखभोग आणि अति कठोर त्याग या दोन्ही टोकांना टाळून संतुलित जीवन जगणे हेच मध्यम मार्गाचे सार आहे.

मध्यम मार्ग आणि संतुलित जीवन

आधुनिक कुटुंबासाठी मध्यम मार्गाचा अर्थ आर्थिक आणि मानसिक संतुलन राखणे असा होतो. उत्पन्नापेक्षा जास्त खर्च न करणे, अनावश्यक कर्ज टाळणे, दिखाव्याच्या जीवनशैलीपासून दूर राहणे आणि गरज व इच्छा यांतील फरक ओळखणे आवश्यक आहे. चुकीच्या मार्गाने पैसा कमावणे, अनैतिक संबंध ठेवणे किंवा क्रोध, मत्सर आणि लोभ यांना वाढू देणे हे बौद्ध तत्त्वज्ञानात दुःखाचे कारण मानले जाते. संतुलित जीवनशैलीमुळे मानसिक शांती आणि आर्थिक स्थैर्य दोन्ही मिळू शकते.

साधेपणा आणि स्वाभिमान

बौद्ध राहणीमान गरिबीचे प्रतीक नसून संयमी आणि स्वाभिमानी जीवनाचे प्रतीक आहे. घर स्वच्छ, नीटनेटके आणि शांत ठेवणे, साधे पण पौष्टिक अन्न घेणे, व्यसनांपासून दूर राहणे आणि कुटुंबात आदरयुक्त संवाद राखणे यावर भर दिला जातो. बौद्ध दृष्टिकोनानुसार प्रतिष्ठा वस्तूंमध्ये नसून व्यक्तीच्या चारित्र्यात असते. साधेपणा हा आत्मसन्मानाचा शत्रू नसून त्याचा आधार आहे.

डिजिटल युगातील संयम

आज मोबाईल, सोशल मीडिया आणि ऑनलाइन व्यवहार जीवनाचा अविभाज्य भाग बनले आहेत. परंतु तंत्रज्ञानाचा अतिरेक मानसिक अस्वस्थता, तुलना आणि तणाव निर्माण करू शकतो. त्यामुळे स्क्रीन टाइम मर्यादित ठेवणे, अफवा किंवा द्वेषयुक्त संदेश पुढे न पाठवणे आणि सोशल मीडियावरील दिखावा टाळणे आवश्यक आहे. ध्यान, वाचन आणि आत्मचिंतनासाठी नियमित वेळ राखल्यास मन अधिक शांत आणि स्थिर राहते. बौद्ध दृष्टिकोन सांगतो की तंत्रज्ञान हे साधन असावे, स्वामी नव्हे.

आर्थिक व्यवस्थापन आणि सम्यक आजीविका

Dhammapada मध्ये नैतिक मार्गाने उपजीविका करण्यावर भर दिला आहे. सम्यक आजीविका म्हणजे फसवणूक, शोषण किंवा व्यसनांशी

संबंधित व्यवसाय टाळून प्रामाणिकपणे उपजीविका करणे. आजच्या महागाई आणि वाढत्या शिक्षणखर्चाच्या काळात आर्थिक शिस्त अत्यंत महत्त्वाची ठरते. उत्पन्नाचे योग्य नियोजन करून दैनंदिन खर्च, बचत, गुंतवणूक आणि सामाजिक जबाबदाऱ्या यांचा समतोल राखणे आवश्यक आहे. अनावश्यक खर्च टाळणे, व्यसनमुक्त जीवन जगणे, कर्जमुक्त राहण्याचा प्रयत्न करणे आणि मुलांच्या शिक्षणासाठी दीर्घकालीन बचत करणे हे बौद्ध जीवनशैलीचे व्यवहारिक अंग आहे.

मुलांचे संस्कार आणि शिक्षण

मुलांना लहानपणापासून प्रामाणिकपणा, करुणा, संयम, सत्य आणि अहिंसा यांसारखी नैतिक मूल्ये शिकवली पाहिजेत. पालकांनी स्वतःच्या आचरणातून आदर्श निर्माण केला तर त्याचा मुलांवर सकारात्मक परिणाम होतो. बुद्धांनी पालकांचे कर्तव्य म्हणून मुलांना नैतिक शिक्षण देणे, योग्य व्यवसाय शिकवणे आणि जीवनासाठी सक्षम बनवणे यावर भर दिला आहे. आजच्या काळात याचा अर्थ डिजिटल शिक्षणात मार्गदर्शन करणे, तर्कशक्ती विकसित करणे आणि स्पर्धेपेक्षा व्यक्तिमत्त्व विकासावर भर देणे असा होतो.

कुटुंबमूल्ये आणि मुलांचे संगोपन

बौद्ध धर्मात कुटुंब ही नैतिक शिक्षणाची पहिली शाळा मानली जाते. मुलांना बालपणापासून सत्य, अहिंसा, संयम, करुणा आणि शील यांसारखी मूल्ये शिकवणे आवश्यक मानले जाते. शिक्षणात केवळ स्पर्धा आणि भौतिक यशावर भर न देता चारित्र्य, विवेक आणि नैतिकता विकसित करण्यावर अधिक भर दिला जातो. कुटुंबात प्रेम, संवाद आणि आदराचे वातावरण असल्यास मुलांचे मानसिक आणि नैतिक विकास अधिक चांगल्या प्रकारे होतो. बौद्ध दृष्टिकोनानुसार भौतिक संपत्तीपेक्षा मानसिक आणि नैतिक संपत्ती अधिक महत्त्वाची आहे.

मानसिक आरोग्य आणि ध्यान

आधुनिक जीवनातील तणाव कमी करण्यासाठी ध्यान, आत्मपरीक्षण आणि संवाद संस्कृती अत्यंत महत्त्वाची आहे. ध्यानामुळे मन वर्तमान क्षणात स्थिर राहते आणि निर्णयक्षमता वाढते. आत्मपरीक्षणामुळे व्यक्ती स्वतःच्या विचारांचे, शब्दांचे आणि कृतींचे प्रामाणिक विश्लेषण करू शकते. अनेक कौटुंबिक वादांचे मूळ गैरसमज आणि संवादाचा अभाव असतो. बौद्ध धर्मातील सम्यक वाचा म्हणजे योग्य आणि संवेदनशील संवाद, हे कौटुंबिक सौहार्दासाठी अत्यंत आवश्यक मानले जाते.

समाजाशी बांधिलकी आणि करुणा

बौद्ध दृष्टिकोनानुसार प्रत्येक व्यक्ती समाजाचा अविभाज्य घटक आहे. त्यामुळे जीवन केवळ स्वतःपुरते मर्यादित न राहता समाजकल्याणाशी जोडलेले असावे. गरजू विद्यार्थ्यांना मदत करणे, रुग्णांना सहाय्य करणे, अन्नदान किंवा कौशल्य प्रशिक्षण देणे ही करुणेची व्यावहारिक रूपे आहेत. मदत करताना दया नव्हे तर सन्मानाची भावना असावी, असा बौद्ध दृष्टिकोन आहे.

वृद्धांचा सन्मान

वृद्ध व्यक्ती कुटुंबाचे अनुभवसंपन्न आधारस्तंभ असतात. त्यांच्या मतांचा आदर करणे, आरोग्याची काळजी घेणे, भावनिक आधार देणे आणि निर्णय प्रक्रियेत त्यांचा सहभाग ठेवणे हे कुटुंबाचे नैतिक कर्तव्य मानले जाते. बौद्ध दृष्टिकोनानुसार पालकसेवा ही मोठी पुण्यकर्म मानली जाते. वृद्धांची उपेक्षा ही केवळ कौटुंबिक नव्हे तर सामाजिक नैतिकतेचीही हानी आहे.

अंधश्रद्धा निर्मूलन आणि विवेक

बौद्ध तत्वज्ञानात विवेकाला सर्वोच्च स्थान आहे. Kalama Sutta मध्ये बुद्धांनी परंपरा, अफवा किंवा बहुसंख्यांच्या प्रभावावर आंधळा विश्वास ठेवू नये, असे स्पष्ट सांगितले आहे. कोणतीही गोष्ट विचारपूर्वक तपासून योग्य-अयोग्य ठरवावी, हा बौद्ध दृष्टिकोन आहे. वैज्ञानिक दृष्टीकोन विकसित

करणे, मुलांना तर्कशक्ती शिकवणे आणि भीतीवर आधारित प्रथांना नकार देणे हे आधुनिक समाजासाठी आवश्यक आहे.

पर्यावरण संरक्षण आणि करुणा

बौद्ध विचारसरणीत सर्व सजीवांप्रती करुणा बाळगण्याची शिकवण दिली आहे. वृक्षारोपण, पाणी आणि वीज बचत, प्लास्टिकचा मर्यादित वापर आणि प्राण्यांशी अहिंसक वर्तन हे पर्यावरण संरक्षणाचे महत्त्वाचे भाग आहेत. निसर्गाशी सुसंवाद साधणे ही बौद्ध जीवनशैलीची मूलभूत ओळख मानली जाते.

करुणा : सामाजिक परिवर्तनाची शक्ती

करुणा म्हणजे इतरांच्या दुःखाची जाणीव होऊन ते कमी करण्यासाठी सक्रिय प्रयत्न करणे. ती कमजोरी नसून नैतिक सामर्थ्य आहे. करुणेमुळे सामाजिक भेदभाव कमी होतो, अन्यायाविरुद्ध जागरूकता निर्माण होते आणि परस्पर सहकार्य वाढते. व्यक्तीच्या अंतःकरणात करुणा निर्माण झाली की तिचे आचरण बदलते; आचरण बदलले की कुटुंब बदलते, आणि कुटुंब बदलले की समाज बदलतो.

निष्कर्ष

आजच्या महागाई, शिक्षणखर्च आणि आरोग्यखर्चाच्या परिस्थितीत नैतिक कमाई, नियंत्रित खर्च, आरोग्यदायी जीवनशैली आणि मानसिक संतुलन हीच बौद्ध जीवनशैलीची व्यवहारिक उत्तरे आहेत. बौद्ध जीवनशैली ही केवळ धार्मिक परंपरा नसून एक संपूर्ण जीवनतत्त्वज्ञान आहे. ती आधुनिक कुटुंबाला आर्थिक स्थैर्य, मानसिक शांती, सामाजिक सन्मान आणि संतुलित जीवन जगण्याची दिशा देऊ शकते.

✨ *“आपल्या दैनंदिन जीवनात शील, करुणा, प्रज्ञा आणि सजगतेचा स्वीकार केला, तर बौद्ध जीवनशैली आधुनिक कुटुंबासाठी केवळ मार्गदर्शक नव्हे तर सुखी, समृद्ध आणि सुसंवादी जीवनाचा भक्कम पाया ठरू शकते.”*

१४ बौद्ध धर्मातील पती-पत्नी संबंध आणि कर्तव्ये

गृहस्थ जीवनाविषयी बौद्ध दृष्टिकोन

गौतम बुद्धयांनी गृहस्थ जीवन नाकारलेले नाही. उलट, योग्य आचार-विचारांनी आणि नैतिकतेने जगलेले गृहस्थ जीवन हे समाजाच्या स्थैर्याचे महत्त्वाचे आधारस्थान मानले आहे. बौद्ध धर्मात संसार हा केवळ भौतिक जीवन नसून जबाबदारी, समजूतदारपणा आणि परस्पर सहकार्याने जगायचा मार्ग मानला जातो. त्यामुळे बुद्धांनी गृहस्थांसाठी स्पष्ट नैतिक मार्गदर्शन दिले आहे.

पती-पत्नीचे नाते : परस्पर आदर आणि समता

बौद्ध दृष्टिकोनानुसार पती-पत्नीचे नाते हे मालकीचे किंवा वर्चस्वाचे नसून सहजीवनाचे आणि परस्पर सहकार्याचे आहे. या नात्याचा पाया विश्वास, प्रामाणिकपणा, सन्मान, कृतज्ञता आणि समजूतदार संवाद यांवर आधारित असावा. Sigalovada Sutta मध्ये बुद्धांनी सांगितले आहे की पतीने पत्नीचा आदर करावा, तिच्या मतांना महत्त्व द्यावे आणि तिच्या सुरक्षिततेची काळजी घ्यावी. त्याचप्रमाणे पत्नीनेही पतीशी निष्ठा, प्रामाणिकता आणि जबाबदारीने वागावे. दोघांनीही एकमेकांचे संरक्षण आणि सन्मान राखावा. या शिकवणीत स्त्री-पुरुष समानतेचा स्पष्ट संदेश दिसून येतो.

शारीरिक नातेसंबंधाविषयी बौद्ध विचार

बौद्ध धर्मात शारीरिक किंवा दैहिक संबंध हे पवित्र गृहस्थ जीवनाचा एक नैसर्गिक भाग मानले गेले आहेत. परंतु ते केवळ कामवासनेच्या अतिरेकासाठी नसून प्रेम, जबाबदारी आणि समजूतदारपणावर आधारित असावेत, असे सांगितले जाते. शारीरिक संबंधांमध्ये परस्पर संमती, सन्मान आणि विश्वास महत्त्वाचे मानले जातात. हिंसा, जबरदस्ती, फसवणूक किंवा विश्वासघात यांना बौद्ध धर्मात स्थान नाही.

बौद्ध पंचशीलातील तिसरे शील – "**कामेच्छेत दुराचार करू नये**" – हे अनैतिक आणि शोषणात्मक संबंध टाळण्याचा संदेश देते. बुद्धांनी मध्यम मार्गाचा उपदेश करताना संयम आणि जबाबदारीवर भर दिला. त्यामुळे दैहिक नाते हे केवळ शारीरिक आकर्षणावर नव्हे, तर मानसिक जवळीक, विश्वास आणि कुटुंबाच्या स्थैर्यावर आधारित असावे, असा बौद्ध दृष्टिकोन आहे.

संपत्ती संचय आणि उज्ज्वल भविष्य

बौद्ध धर्म संपत्तीला विरोध करत नाही; परंतु लोभ आणि अन्याय्य मार्गाने संपत्ती मिळवण्याला विरोध करतो. Digha Nikaya मध्ये सम्यक आजीविकेचा उपदेश दिला आहे. याचा अर्थ प्रामाणिक व्यवसाय करणे, हिंसा, फसवणूक किंवा व्यसनांशी संबंधित उद्योग टाळणे आणि कष्टाने व नीतिमत्तेने उत्पन्न मिळवणे असा होतो.

संपत्तीचा योग्य उपयोग कुटुंबाचा सांभाळ, मुलांचे शिक्षण, आरोग्य, बचत, सुरक्षितता आणि समाजोपयोगी कार्यांसाठी करावा असे सांगितले जाते. बौद्ध दृष्टिकोनानुसार पैसा हा साधन आहे, अंतिम ध्येय नव्हे.

आजची परिस्थिती आणि आर्थिक शिस्त

आजच्या काळात महागाई, शिक्षणखर्च, आरोग्यखर्च आणि घरगुती खर्च मोठ्या प्रमाणात वाढले आहेत. अशा परिस्थितीत बौद्ध दृष्टिकोन संयमित जीवनशैली स्वीकारण्याचा सल्ला देतो. दिखाऊ खर्च टाळणे, गरज आणि इच्छा यांतील फरक ओळखणे आणि उत्पन्नाचा काही भाग बचतीसाठी राखून ठेवणे आवश्यक मानले जाते. अनावश्यक कर्ज टाळणे आणि आर्थिक निर्णय पती-पत्नीने एकत्रितपणे घेणे हेही महत्त्वाचे आहे.

कौटुंबिक आर्थिक ताणाचे मूळ अनेकदा लोभ, स्पर्धा आणि दिखाऊपणात असते. त्यामुळे बौद्ध जीवनशैली संवाद, सहकार्य आणि साधेपणावर भर

देते. परस्पर दोषारोप न करता समजूतदारपणे आर्थिक नियोजन करणे हे कुटुंबाच्या स्थैर्यासाठी आवश्यक आहे.

निष्कर्ष

बौद्ध धर्मानुसार पती-पत्नीचे नाते प्रेम, विश्वास, समता आणि परस्पर सन्मानावर आधारित असावे. दैहिक संबंध संयम, जबाबदारी आणि नैतिकतेने जगले जावेत. संपत्ती योग्य मार्गाने कमवून विवेकाने वापरावी आणि मुलांना नैतिकतेची शिकवण द्यावी. खरे उज्ज्वल भविष्य हे केवळ पैशाच्या साठवणीत नसून शील, समाधी आणि प्रज्ञेने समृद्ध कुटुंबात आहे.

आजच्या महागाई आणि वाढत्या खर्चाच्या काळातही संतुलित, जागरूक आणि नैतिक जीवनशैलीमुळे कुटुंब स्थिर आणि आनंदी राहू शकते. बौद्ध दृष्टिकोनानुसार भविष्याची खरी गुंतवणूक म्हणजे शिक्षणासोबत नैतिकता, आरोग्यासोबत संयम, बचतीसोबत दानशीलता आणि भौतिक प्रगतीसोबत आध्यात्मिक विकास होय.

थोडक्यात, जर कुटुंबात नैतिक कमाई, संयमित खर्च, परस्पर आदर आणि आध्यात्मिक साधना या चार गोष्टी जोपासल्या, तर जीवन अधिक स्थिर, शांत आणि अर्थपूर्ण होऊ शकते. बौद्ध धर्म सांगतो – संपत्ती नाश पावू शकते, पण सदाचार आणि प्रज्ञा हीच खरी सुरक्षित गुंतवणूक आहे.

✨ *"आपण दाम्पत्य जीवनात प्रेम, विश्वास, समता आणि नैतिकतेची जोपासना केली, तर बौद्ध धम्माच्या मार्गदर्शनाखाली कुटुंब केवळ समृद्धच नव्हे तर शांत, सुसंवादी आणि खऱ्या अर्थाने सुखी बनू शकते."*

१५ बौद्ध दृष्टिकोनातून मासिक पाळीविषयी गैरसमज आणि सत्य

समाजात आजही मासिक पाळीबद्दल अनेक गैरसमज, भीती आणि अंधश्रद्धा आढळतात. काही ठिकाणी पाळीच्या काळात स्त्रियांना अपवित्र मानले जाते तसेच त्यांना देवपूजा, स्वयंपाक, धार्मिक कार्यक्रम किंवा सामाजिक कार्यापासून दूर ठेवले जाते. ही मानसिकता विज्ञानविरोधी असून स्त्री-असमानतेला पोषक ठरते. बौद्ध धर्म मात्र समता, विवेक आणि करुणेचा संदेश देतो. त्यामुळे स्त्रीच्या नैसर्गिक शारीरिक प्रक्रियेला पाप किंवा अशुद्धता मानण्यास बौद्ध तत्त्वज्ञानात कोणतेही स्थान नाही.

वैद्यकीय दृष्टिकोन

मासिक पाळी (Menstruation) ही स्त्रीच्या शरीरातील पूर्णपणे नैसर्गिक जैविक प्रक्रिया आहे. साधारणपणे २१ ते ३५ दिवसांच्या चक्रात गर्भाशयात तयार झालेले आवरण गर्भधारणा न झाल्यास रक्तस्रावाद्वारे बाहेर पडते. ही प्रक्रिया किशोरवयात सुरू होते आणि रजोनिवृत्तीपर्यंत चालते. मासिक पाळी ही स्त्रीच्या आरोग्याचा आणि प्रजननक्षमतेचा नैसर्गिक भाग आहे. त्यात कोणतीही अशुद्धता, पापभाव किंवा दोष नसतो. वैद्यकीय विज्ञानाच्या दृष्टीने या काळात स्वच्छता, पोषण आणि विश्रांती याकडे लक्ष देणे महत्त्वाचे मानले जाते.

बौद्ध धर्माचा दृष्टिकोन

बौद्ध धर्मात माणसाचे मूल्य त्याच्या आचरण, विचार आणि नैतिकतेवर ठरते. भगवान बुद्धांनी सर्व प्राणी समान असल्याचे सांगितले आणि स्त्री-पुरुष दोघांनाही निर्वाण प्राप्त करण्याची समान क्षमता असल्याचे स्पष्ट केले. बुद्धांनी भिक्षुणी संघाची स्थापना करून स्त्रियांना आध्यात्मिक क्षेत्रात समान स्थान दिले. बुद्धांच्या कोणत्याही उपदेशात मासिक पाळीला

अपवित्रता, पाप किंवा धार्मिक दोष मानलेले नाही. त्यामुळे बौद्ध तत्वज्ञानानुसार मासिक पाळी ही फक्त एक नैसर्गिक शारीरिक प्रक्रिया आहे.

त्रिपिटक आणि विनय पिटकातील संदर्भ

विनय पिटकात भिक्षुणींसाठी काही शिस्तीचे नियम सांगितलेले आहेत. त्यामध्ये विशेषतः स्वच्छता राखणे आणि इतरांना त्रास होणार नाही याची काळजी घेणे यावर भर दिला आहे. हे नियम आरोग्य, शिस्त आणि सामाजिक सुसंवादासाठी आहेत; स्त्रियांना अशुद्ध किंवा कनिष्ठ मानण्यासाठी नाहीत. त्यामुळे बौद्ध ग्रंथांमध्ये मासिक पाळीच्या आधारावर स्त्रियांवर धार्मिक बंदी घालण्याचा दृष्टिकोन आढळत नाही.

धार्मिक कृती आणि मासिक पाळी

बौद्ध धर्मात पाळीच्या काळात स्त्रियांना ध्यान, बुद्ध वंदना, उपासना किंवा विहारात जाण्यास मनाई नाही. त्या पंचशील किंवा अष्टशील पाळू शकतात आणि धार्मिक कार्यात सहभागी होऊ शकतात. "पाळीत पूजा करू नये" असा कोणताही मूलभूत बौद्ध नियम नाही. काही समाजांमध्ये सांस्कृतिक परंपरा किंवा रूढी वेगळ्या असू शकतात, परंतु त्या बौद्ध धर्माच्या मूळ शिकवणीचा भाग मानल्या जात नाहीत.

✨ मासिक पाळी ही स्त्रीच्या शरीरातील नैसर्गिक प्रक्रिया आहे. तिच्याबाबत भेदभाव किंवा अंधश्रद्धा न ठेवता आरोग्य, स्वच्छता आणि सन्मान यांना प्राधान्य देणे आवश्यक आहे. बौद्ध धर्म समता, मानवता आणि वैज्ञानिक

दृष्टीने पाहणे हाच बौद्ध धर्माचा संदेश आहे."

१६ बौद्ध तत्त्वज्ञानातील समता आणि अनुयायांच्या वर्तनातील विरोधाभास

सुरुवातीलाच हे स्पष्ट करणे आवश्यक आहे की “बहुतेक बौद्ध अनुयायी इतर धर्मीयांचा द्वेष करतात” असे सार्वत्रिक विधान योग्य नाही. काही ठिकाणी किंवा काही व्यक्तींमध्ये अशा भावना दिसू शकतात, परंतु तो बौद्ध धर्माचा मूलभूत सिद्धांत नाही. हा प्रश्न अधिक मानवी वर्तन, सामाजिक अनुभव आणि ऐतिहासिक परिस्थितींशी संबंधित आहे. धर्म आणि अनुयायी यांमध्ये फरक समजून घेतल्याशिवाय या विषयाचे योग्य विश्लेषण होऊ शकत नाही.

गौतम बुद्धांची मूलभूत शिकवण

गौतम बुद्धयांनी सर्व मानव समान असल्याचा संदेश दिला. त्यांच्या मते कोणताही मनुष्य जन्माने उच्च किंवा नीच नसतो; त्याच्या कर्मांमुळे त्याचे मूल्य ठरते. बुद्धांनी मैत्री, करुणा आणि अहिंसा या मूल्यांना केंद्रस्थानी स्थान दिले. त्यांनी स्पष्ट सांगितले की “द्वेषाने द्वेष कधीही शांत होत नाही; प्रेमानेच शांत होतो.” त्यामुळे धर्म, जात किंवा पंथ काहीही असो, सर्वांशी आदराने आणि समतेने वागणे हीच बौद्ध शिकवणीची मूलभूत दिशा आहे.

धर्म आणि अनुयायी यांतील फरक

धर्म हा तत्त्वज्ञान, नैतिक मूल्ये आणि आदर्शांचा संग्रह असतो, तर अनुयायी हे त्या तत्त्वज्ञानाचे आचरण करणारे सामान्य मानव असतात. त्यामुळे प्रत्येक अनुयायी नेहमीच आपल्या धर्माच्या आदर्शांनुसार वागेलच असे नाही. कोणत्याही धर्मात चांगले आणि वाईट दोन्ही प्रकारचे लोक आढळतात. एखाद्या व्यक्तीच्या नकारात्मक वर्तनावरून संपूर्ण धर्माचे मूल्यांकन करणे योग्य ठरत नाही.

सामाजिक आणि ऐतिहासिक कारणे

भारतीय समाजव्यवस्थेत दीर्घकाळ अस्तित्वात असलेल्या जातीय भेदभावामुळे अनेक समाजघटकांना अन्याय आणि अपमान सहन करावा लागला. या ऐतिहासिक अनुभवांमुळे काही व्यक्तींमध्ये मानसिक प्रतिक्रिया स्वरूपात असंतोष किंवा राग निर्माण होऊ शकतो. अनेकदा हा राग सामाजिक व्यवस्थेविरुद्ध असतो, परंतु तो विशिष्ट धर्मीय गटांशी जोडला जातो. त्यामुळे येथे दिसणारी नकारात्मकता ही बौद्ध धर्माच्या शिकवणीपेक्षा सामाजिक वास्तव आणि मानवी अनुभवांशी अधिक संबंधित आहे.

समूह-मानसशास्त्र आणि ओळखीचे राजकारण

समाजात "आपण" आणि "ते" असा भेद निर्माण होण्याची प्रवृत्ती अनेकदा दिसून येते. राजकीय, सामाजिक किंवा सांस्कृतिक कारणांमुळे ही भावना अधिक तीव्र होऊ शकते. परिणामी, एखाद्या व्यक्तीचा वैयक्तिक अनुभव संपूर्ण समुदायावर सामान्यीकृत केला जातो. ही प्रवृत्ती केवळ बौद्ध अनुयायांमध्येच नाही, तर सर्व धर्म आणि समाजांमध्ये आढळते. त्यामुळे हा प्रश्न बौद्ध तत्त्वज्ञानाचा नसून मानवी समूह-मानसशास्त्राचा आहे.

पूर्ण समज आणि वरवरचा अभ्यास

अनेक लोक बौद्ध धर्माची ओळख स्वीकारतात, परंतु त्यातील गूढ तात्त्विक आणि नैतिक मूल्यांचा सखोल अभ्यास करत नाहीत. त्यामुळे बाह्य ओळख राहते, पण करुणा, समता आणि तर्कशुद्धता यांसारखी मूल्ये आचरणात कमी पडतात. कलमा सुत्त मध्ये बुद्धांनी अंधानुकरण न करता विवेक आणि अनुभवाच्या आधारे सत्य स्वीकारण्याचा उपदेश दिला आहे. त्यामुळे बौद्ध धर्माचा खरा अर्थ समजण्यासाठी केवळ नाव किंवा ओळख पुरेशी नसून विचारांचे आत्मसात करणे आवश्यक आहे.

आदर्श बौद्ध अनुयायी कसा असावा ?

खऱ्या अर्थाने बौद्ध अनुयायी तोच मानला जातो जो सर्व धर्मीयांचा आदर करतो, व्यक्तीचे मूल्यमापन तिच्या कर्मांवरून करतो आणि रागाऐवजी करुणा व समजूतदारपणा ठेवतो. बौद्ध दृष्टिकोन तर्कशुद्ध विचार, विवेक आणि सहअस्तित्वावर भर देतो. त्यामुळे कोणत्याही धर्माविषयी द्वेष ठेवणे हे बुद्धांच्या मूलभूत शिकवणीशी सुसंगत मानले जात नाही.

निष्कर्ष

या सर्व घटकांचा विचार करता, काही बौद्ध अनुयायांमध्ये दिसणारा द्वेष किंवा तटस्थता हा बौद्ध धर्माच्या तत्वज्ञानाचा परिणाम नसून मानवी भावना, ऐतिहासिक अनुभव, सामाजिक परिस्थिती आणि अपूर्ण समज यांचा एकत्रित परिणाम आहे. बौद्ध धर्माचा मूलभूत उद्देश मानवाला अंतर्मुख करून त्याच्या विचारांमध्ये सकारात्मक परिवर्तन घडवणे हा आहे.

✨ शेवटी असे म्हणता येईल की धर्म माणसाला मोठे बनवू शकतो, परंतु माणूसच आपल्या वर्तनाने धर्माला मोठे किंवा छोटे बनवतो. त्यामुळे समाजाने आणि अनुयायांनी पुन्हा एकदा बुद्धांच्या मूळ शिकवणीकडे वळून मैत्री, करुणा आणि समतेची मूल्ये आचरणात आणणे आवश्यक आहे.

१७ अंत्यसंस्कार आणि परंपरा

गौतम बुद्धयांनी मृत्यूकडे जीवनातील नैसर्गिक आणि अटळ सत्य म्हणून पाहिले. जन्म, वृद्धत्व, आजार आणि मृत्यू हे प्रत्येक सजीवाच्या जीवनाचा अविभाज्य भाग आहेत. बौद्ध धर्मात अनिच्चा (अस्थिरता), दुःख आणि अनत्ता (शाश्वत आत्मा नसणे) या तत्त्वांद्वारे जीवन समजावले जाते. त्यामुळे मृत्यू ही दैवी शिक्षा किंवा अलौकिक घटना नसून बदलत्या जीवनचक्राचा एक भाग मानला जातो.

वैद्यकीय दृष्टिकोनातून मृत्यू म्हणजे शरीरातील महत्त्वाच्या जैविक क्रिया – जसे श्वसन, हृदयाची धडधड आणि मेंदूचे कार्य – कायमचे थांबणे होय. विज्ञान मृत्यूला शरीराची नैसर्गिक जैविक समाप्ती मानते. त्यामुळे मृत्यूकडे भीती, अंधश्रद्धा किंवा चमत्काराच्या दृष्टीने न पाहता वास्तववादी आणि शांत मनाने पाहणे आवश्यक मानले जाते.

मृत्यूनंतरचे विचार

बौद्ध धर्मात "मृत्यूनंतर आत्मा कुठे जातो ?" या प्रश्नापेक्षा व्यक्तीने जिवंत असताना कसे जीवन जगले याला अधिक महत्त्व दिले जाते. व्यक्तीचे भवितव्य तिच्या कर्म, विचार आणि आचरणावर अवलंबून असल्याचे मानले जाते. त्यामुळे सदाचार, शील, करुणा आणि प्रज्ञा यांना विशेष महत्त्व दिले जाते.

मानसशास्त्रीय दृष्टिकोनातूनही मृत व्यक्तीच्या स्मरणार्थ सकारात्मक कृती करणे – जसे दान, समाजसेवा किंवा मानसिक आधार देणे – हे दुःख कमी करण्यास आणि मानसिक आरोग्य टिकविण्यास मदत करू शकते. उलट, अति कर्मकांड किंवा भीतीमुळे मानसिक ताण वाढू शकतो.

अंत्यसंस्कार पद्धत बौद्ध धर्मात प्रामुख्याने दहन विधी (अग्निसंस्कार) केला जातो. काही प्रदेशांत भौगोलिक किंवा सांस्कृतिक कारणांमुळे दफन

किंवा इतर नैसर्गिक पद्धतीही आढळतात. मात्र कोणतीही पद्धत श्रेष्ठ किंवा कनिष्ठ मानली जात नाही.

वैद्यकीय आणि सार्वजनिक आरोग्याच्या दृष्टीने मृतदेहाची योग्य हाताळणी, स्वच्छता आणि सुरक्षित अंत्यसंस्कार महत्त्वाचे असतात. संसर्गजन्य आजारांच्या परिस्थितीत आरोग्य विभागाच्या नियमांचे पालन करणे आवश्यक असते.

पर्यावरणीय दृष्टिकोनातूनही अंत्यसंस्कार करताना निसर्गाचे संतुलन जपणे आवश्यक आहे. अत्याधिक लाकूड वापर, नदी-तलावांचे प्रदूषण किंवा प्लास्टिकचा वापर टाळणे पर्यावरणासाठी हितकारक मानले जाते. साधे आणि पर्यावरणपूरक अंत्यसंस्कार अधिक योग्य समजले जातात.

बौद्ध धर्मात अंत्यसंस्कार साधेपणाने केले जातात. दिखाऊ खर्च, अंधश्रद्धा किंवा भय निर्माण करणाऱ्या प्रथांना प्रोत्साहन दिले जात नाही.

धार्मिक पठण आणि मानसिक शांतता

अंत्यसंस्काराच्या वेळी सामान्यतः त्रिशरणांचा जप केला जातो– *बुद्धं शरणं गच्छामि, धम्मं शरणं गच्छामि, संघं शरणं गच्छामि*

तसेच धम्मपदातील गाथा किंवा मेत्ता भावना पठण केली जाते. बौद्ध दृष्टिकोनातून हे धम्मस्मरण, मानसिक स्थैर्य आणि करुणा वाढवण्यासाठी केले जाते. मानसशास्त्रीय दृष्टिकोनातून सामूहिक प्रार्थना, शांत पठण आणि कुटुंबाचा भावनिक आधार यामुळे दुःखग्रस्त व्यक्तींना मानसिक धैर्य मिळू शकते.

श्राद्ध, पिंडदान आणि बौद्ध दृष्टिकोन

बौद्ध धर्मात पिंडदान, श्राद्ध, तेरावा किंवा वर्षश्राद्ध यांना धार्मिक बंधन म्हणून मान्यता नाही. मृत व्यक्तीला अन्न अर्पण केल्याने तिचे कल्याण होते, ही संकल्पना बौद्ध तत्त्वज्ञानात स्वीकारली जात नाही.

वैज्ञानिक दृष्टिकोनातूनही मृत व्यक्तीचे शरीर जैविकदृष्ट्या कार्य करणे थांबलेले असते. त्यामुळे अन्न, वस्तू किंवा इतर भौतिक गोष्टी मृत व्यक्तीपर्यंत पोहोचतात, याचा कोणताही वैज्ञानिक पुरावा नाही.

त्याऐवजी जिवंत लोकांनी चांगले आचरण करणे, समाजोपयोगी कार्य करणे आणि मानसिक आरोग्य जपणे याला अधिक महत्त्व दिले जाते.

पुण्यानुमोदन : करुणा आणि सामाजिक आधार

बौद्ध धर्मात मृत व्यक्तीच्या स्मरणार्थ दान (दाना), पंचशीलांचे पालन, मेत्ता भावना (मैत्री ध्यान) आणि समाजोपयोगी कार्यांना महत्त्व दिले जाते. गरिबांना किंवा संघाला अन्न-वस्त्रदान करणे, गरजू लोकांना मदत करणे तसेच शांत आणि सदाचारी जीवन जगण्याचा प्रयत्न करणे हे “पुण्यानुमोदन” या भावनेतून केले जाते. म्हणजेच, केलेल्या चांगल्या कृतींचे पुण्य मृत व्यक्तीच्या स्मरणार्थ समर्पित केले जाते.

मानसशास्त्रीय दृष्टिकोनातून अशा सकारात्मक कृतींमुळे दुःखग्रस्त कुटुंबाला मानसिक आधार मिळतो, भावनिक ताण कमी होतो आणि समाजात सहकार्याची भावना वाढते.

✨ *"मृत्यूच्या अनिवार्य सत्याचा स्वीकार करून करुणा, प्रज्ञा आणि सदाचाराने जीवन जगणे, हाच बौद्ध दृष्टिकोनातून मृत व्यक्तीला दिलेला सर्वोच्च सन्मान मानला जातो."*

अस्थी विसर्जनाबाबत बौद्ध दृष्टिकोन

बौद्ध धर्मात अस्थींना अलौकिक किंवा पवित्र शक्तीचे स्वरूप दिले जात नाही. त्या नाश पावणाऱ्या शरीराचाच भाग मानल्या जातात. त्यामुळे अस्थी विसर्जन करणे बंधनकारक नाही, तसेच अस्थी पूजनालाही धार्मिक सक्ती नाही.

महाराष्ट्रातील अनेक बौद्ध कुटुंबांत विविध पद्धती आढळतात. काही कुटुंबे अस्थी विसर्जन करतात, काही शांत ठिकाणी त्या पुरतात, तर काही स्मृतीस्थळी जतन करून ठेवतात. काही कुटुंबे अंत्यसंस्कारानंतर कोणतेही पुढील विधी करत नाहीत. या पद्धती मुख्यतः परंपरा, भावना किंवा कौटुंबिक सोयीसाठी केल्या जातात; धार्मिक बंधन म्हणून नाहीत.

वैद्यकीय दृष्टिकोनातून अस्थी या जळालेल्या हाडांचे अवशेष असतात. त्यांच्यात कोणतीही अलौकिक शक्ती असल्याचा वैज्ञानिक पुरावा नाही. त्यामुळे अस्थींबाबत अंधश्रद्धा किंवा भीती निर्माण करणे योग्य मानले जात नाही.

पर्यावरणीय दृष्टिकोनातून नद्यांमध्ये अस्थी, प्लास्टिक पिशव्या किंवा पूजेचे साहित्य टाकल्यास जलप्रदूषण वाढू शकते. त्यामुळे पर्यावरणाचा विचार करून स्वच्छ आणि जबाबदार पद्धती अवलंबणे आवश्यक आहे. काही कुटुंबे अस्थी विसर्जनाऐवजी स्मृतीवृक्ष लावणे किंवा समाजोपयोगी कार्य करणे अधिक अर्थपूर्ण मानतात.

गौतम बुद्धयांच्या महापरिनिर्वाणानंतर त्यांच्या अस्थींचे विभाजन करून विविध ठिकाणी स्तूप उभारले गेले. मात्र हे स्तूप अस्थीपूजेसाठी नव्हते; तर धम्मस्मरण आणि प्रेरणेसाठी होते.

✨ *"बौद्ध दृष्टिकोनानुसार अस्थींपेक्षा व्यक्तीचे धम्ममय जीवन, तिची मूल्ये आणि तिच्या स्मरणार्थ केलेले सद्कर्म अधिक महत्त्वाचे मानले जातात."*

मृत्यूच्या स्मृतिदिनी काय करावे ?

प्रिय व्यक्तीच्या स्मृतिदिनी दुःखात कायम अडकून न राहता शांत, सकारात्मक आणि समाजोपयोगी कृती करणे बौद्ध धर्मात योग्य मानले जाते. बौद्ध धर्म जीवनाच्या अनित्यता आणि मध्यम मार्गाचा उपदेश करतो. त्यामुळे मृत्यूकडे वास्तव स्वीकारून पाहणे आणि दुःखाला संयमाने सामोरे जाणे महत्त्वाचे मानले जाते.

त्या दिवशी घरात साधेपणाने त्रिशरण, पंचशील, धम्मपदातील गाथा आणि मेत्ता भावना यांचे पठण करता येते. अशा धम्मस्मरणामुळे मन शांत राहण्यास आणि सकारात्मक विचार वाढण्यास मदत होऊ शकते.

मृत व्यक्तीच्या स्मरणार्थ गरिबांना अन्नदान, विद्यार्थ्यांना शैक्षणिक मदत, रुग्णांना सहाय्य किंवा संघाला अन्न-वस्त्रदान करणे अधिक अर्थपूर्ण मानले जाते. बौद्ध धर्मात करुणा, मैत्री आणि मानवसेवा यांना विशेष महत्त्व दिले गेले आहे.

त्या दिवशी पंचशीलांचे पालन करून शांत, संयमी आणि सदाचारी जीवन जगण्याचा संकल्प करणे योग्य मानले जाते. मृत व्यक्तीचा खरा सन्मान म्हणजे तिच्या चांगल्या गुणांचे अनुकरण करणे होय.

कुटुंबीय आणि मित्रांनी एकत्र येऊन मृत व्यक्तीच्या चांगल्या आठवणी, विचार आणि शिकवण यांचे स्मरण करणे मानसिकदृष्ट्या उपयुक्त ठरू शकते. यामुळे दुःखी व्यक्तींना भावनिक आधार मिळतो आणि एकटेपणा कमी होतो.

अंधश्रद्धा, भीती आणि दिखावा टाळावा

बौद्ध दृष्टिकोनातून मृत व्यक्ती घरी येते, आत्मा भटकतो किंवा काही विधी न केल्यास अपशकुन होईल अशा भीतींना स्थान नाही. जादूटोणा, अघोरी प्रथा, महागडे कर्मकांड किंवा कर्ज काढून धार्मिक कार्यक्रम करणे योग्य मानले जात नाही.

वैज्ञानिक दृष्टिकोनातून अशा समजुतींना कोणताही ठोस पुरावा नाही. उलट, अंधश्रद्धा आणि भीतीमुळे मानसिक ताण वाढू शकतो.

अति दुःख, स्वतःला त्रास देणे किंवा आयुष्यभर शोकात राहणे हे मानसिक आरोग्यासाठी हानिकारक ठरू शकते. बौद्ध धर्म मध्यम मार्ग शिकवतो – दुःख स्वीकारणे, पण त्यात कायम अडकून न राहणे.

तसेच दिखाऊ जेवणावळी, सामाजिक प्रतिष्ठेसाठी होणारा अनावश्यक खर्च किंवा स्पर्धात्मक कार्यक्रम टाळणे योग्य मानले जाते.

✨ *"मृत्यूच्या स्मृतिदिनी कर्मकांडांपेक्षा करुणा, सदाचार आणि समाजोपयोगी कृतींमधून प्रिय व्यक्तीचे स्मरण करणे, हाच बौद्ध दृष्टिकोनाचा खरा संदेश आहे."*

शोककाळातील सामाजिक आधार

नातेवाईकांनी जेवणासाठी बोलावणे आणि कपडे देणे

भारतीय समाजात मृत्यूनंतर नातेवाईक किंवा जवळचे मित्र दुःखी कुटुंबाला जेवणासाठी बोलावतात, तसेच काही वेळा कपडे किंवा इतर आवश्यक वस्तू देतात. बौद्ध दृष्टिकोनातून या गोष्टी धार्मिक बंधन म्हणून नव्हे, तर करुणा, मैत्री आणि सामाजिक आधाराच्या भावनेतून पाहिल्या जातात.

अशा कृतींमागील मुख्य उद्देश दुःखी कुटुंबाला मानसिक आधार देणे, सहानुभूती व्यक्त करणे आणि त्यांच्या एकटेपणाची भावना कमी करणे हा असतो. मानसशास्त्रीय दृष्टिकोनातूनही सामाजिक सहकार्य आणि भावनिक आधार यामुळे दुःखाचा ताण कमी होण्यास मदत होऊ शकते.

मात्र "हे केले नाही तर अपशकुन होईल" अशी भीती, सामाजिक दबाव, दिखावा किंवा स्पर्धात्मक खर्च या भावना बौद्ध तत्त्वज्ञानाशी सुसंगत मानल्या जात नाहीत. दान किंवा मदत ही स्वेच्छेने, करुणेने आणि विवेकाने केली जावी, हाच बौद्ध धर्माचा मूलभूत दृष्टिकोन आहे.

निष्कर्ष

गौतम बुद्धयांच्या शिकवणीनुसार जीवन अनित्य आहे आणि करुणा, प्रज्ञा व सदाचार ही मानवी जीवनाची मूलभूत मूल्ये आहेत. त्याचप्रमाणे वैद्यकीय व वैज्ञानिक दृष्टिकोनही मृत्यूला एक नैसर्गिक प्रक्रिया मानून मानसिक आरोग्य, सामाजिक आधार आणि विवेकपूर्ण विचारांना महत्त्व देतो.

म्हणूनच बौद्ध धर्मातील अंत्यसंस्कार आणि संबंधित परंपरा या अंधश्रद्धा किंवा दिखाऊ कर्मकांडांवर नव्हे, तर साधेपणा, मानसिक शांतता, करुणा आणि मानवकल्याण यांवर आधारित आहेत.

✨ *या परंपरांमध्ये अंधश्रद्धेपेक्षा विवेक, भीतीपेक्षा करुणा आणि कर्मकांडांपेक्षा मानवसेवेला अधिक महत्त्व दिले जाते.*

सर अलेक्झांडर कनिंगहॅम : बौद्ध वारशाचे पुनर्शोधक

सर अलेक्झांडर कनिंगहॅम (१८१४-१८९३) यांना भारतीय पुरातत्त्वशास्त्राचे जनक (Father of Indian Archaeology) म्हणून गौरवले जाते. भारतीय पुरातत्त्व सर्वेक्षण विभागाचे (Archaeological Survey of India - ASI) पहिले महासंचालक म्हणून त्यांनी भारतातील अनेक प्राचीन बौद्ध स्थळांचा शोध घेऊन त्यांचे ऐतिहासिक आणि धार्मिक महत्त्व जगासमोर आणले. त्यांच्या अथक संशोधनामुळे भारतातील विस्मृतीत गेलेला बौद्ध वारसा पुन्हा प्रकाशात आला.

बौद्ध धर्मासाठी केलेले महत्त्वपूर्ण योगदान

कनिंगहॅम यांनी चीनचे प्रसिद्ध बौद्ध प्रवासी फाहियान (Faxian) आणि युवानच्वांग (Xuanzang) यांच्या प्रवासवर्णनांचा सखोल अभ्यास करून अनेक प्राचीन बौद्ध स्थळांची ओळख पटवली. सारनाथ, सांची, कुशीनगर, श्रावस्ती, वैशाली आणि इतर अनेक स्थळांचा शोध घेऊन त्यांनी बौद्ध इतिहासाला नवे आयाम दिले.

सारनाथ हे भगवान बुद्धांनी ज्ञानप्राप्तीनंतर प्रथम धम्मचक्र प्रवर्तन केलेले पवित्र स्थळ आहे. कनिंगहॅम यांनी येथे उत्खनन करून स्तूप, विहार, शिल्पे आणि इतर पुरातत्त्वीय अवशेष शोधून काढले. यामुळे सारनाथचे ऐतिहासिक महत्त्व अधिक दृढ झाले.

सांची येथील महान स्तूप हा जगातील सर्वात महत्त्वाच्या बौद्ध स्मारकांपैकी एक आहे. कनिंगहॅम यांनी सांचीचे सर्वेक्षण आणि अभ्यास करून त्याचे ऐतिहासिक महत्त्व जगासमोर आणले. त्यांच्या कार्यामुळे सांचीला जागतिक स्तरावर मान्यता मिळाली.

भारहुत स्तूपाच्या उत्खननातून मिळालेली शिल्पे, शिलालेख आणि कलाकृती यांनी प्रारंभिक बौद्ध कला, संस्कृती आणि इतिहासाचा अभ्यास अधिक

समृद्ध केला. कनिंगहॅम यांनी या अवशेषांचे सविस्तर दस्तऐवजीकरण करून बौद्ध कलावैभवाचे जतन केले.

महाबोधी मंदिर हे स्थानिक परंपरा आणि लोकस्मृतींमध्ये सदैव जिवंत राहिले होते; त्यामुळे त्याचा शोध एखाद्या व्यक्तीने प्रथमच लावला असे म्हणणे योग्य ठरणार नाही. तथापि, अनेक शतकांच्या उपेक्षेमुळे हे पवित्र स्थळ जीर्णावस्थेत गेले आणि एकोणिसाव्या शतकापर्यंत जगाच्या दृष्टीने ते जवळजवळ विस्मृतीत गेले होते.

महाबोधी मंदिराचे अस्तित्व प्राचीन काळापासून ज्ञात असले तरी १९व्या शतकात त्याचे पुनर्शोधन, पुरातत्त्वीय अभ्यास आणि जीर्णोद्धार करण्याचे श्रेय प्रामुख्याने सर अलेक्झांडर कनिंगहॅम आणि त्यांच्या सहकाऱ्यांना जाते. त्यांच्या संशोधन, उत्खनन आणि संवर्धनाच्या प्रयत्नांमुळे बोधगया येथील हे पवित्र बौद्ध तीर्थस्थान पुन्हा जगासमोर आले. त्यानंतर महाबोधी मंदिराला जागतिक स्तरावर नव्याने ओळख मिळाली आणि ते जगभरातील बौद्ध श्रद्धाळूंसाठी एक प्रमुख तीर्थक्षेत्र म्हणून पुन्हा प्रतिष्ठित झाले.

भारतभर विखुरलेल्या बौद्ध स्तूप, विहार, शिलालेख आणि स्मारकांचे त्यांनी शास्त्रीय पद्धतीने सर्वेक्षण व नोंदणी केली. त्यामुळे अनेक मौल्यवान ऐतिहासिक माहिती पुढील पिढ्यांसाठी सुरक्षित राहिली.

बौद्ध धर्माच्या प्रसाराचा इतिहास उलगडला

प्राचीन नगरे, व्यापारी मार्ग आणि बौद्ध विहारांचा अभ्यास करून कनिंगहॅम यांनी भारतात आणि आशियात बौद्ध धर्माचा प्रसार कसा झाला याचे ऐतिहासिक चित्र स्पष्ट केले. त्यांच्या संशोधनामुळे बौद्ध धर्माच्या विकासाचा अभ्यास अधिक सखोल झाला.

बौद्ध वारशाच्या जतनातील त्यांचे योगदान

सर अलेक्झांडर कनिंगहॅम यांच्या प्रयत्नांमुळे अनेक बौद्ध स्थळे नष्ट होण्यापासून वाचली. त्यांनी केलेल्या उत्खनन, संशोधन आणि प्रकाशनांमुळे

जगभरातील संशोधक, इतिहासकार आणि बौद्ध अनुयायांना बौद्ध संस्कृतीचा समृद्ध वारसा समजून घेण्यास मदत झाली. आज लाखो बौद्ध श्रद्धाळू ज्या पवित्र स्थळांना भेट देतात, त्या अनेक स्थळांच्या पुनर्शोधामागे त्यांचे महान योगदान आहे.

मी, डॉ. सुभाष मेश्राम, संपूर्ण बौद्ध समाजाच्या वतीने सर अलेक्झांडर कनिंगहॅम यांच्याप्रती मनःपूर्वक कृतज्ञता व्यक्त करतो. बौद्ध धर्माचा ऐतिहासिक वारसा शोधून काढण्यासाठी, त्याचे जतन करण्यासाठी आणि जगासमोर सादर करण्यासाठी त्यांनी केलेले कार्य अमूल्य आहे. त्यांच्या अथक परिश्रमांमुळे आज आम्हाला भगवान बुद्धांच्या पवित्र स्थळांचा इतिहास आणि वैभव जाणून घेता आले आहे.

त्यांच्या या महान कार्याबद्दल आम्ही त्यांना मनःपूर्वक धन्यवाद अर्पण करतो. बौद्ध समाज त्यांच्या ऋणात सदैव राहील.

✨ सर अलेक्झांडर कनिंगहॅम यांना आमची भावपूर्ण आणि विनम्र आदरांजली!

बौद्ध धम्माचा हरवलेला इतिहास शोधून त्याला नवजीवन देणाऱ्या या महान पुरातत्त्ववेत्त्याचे योगदान मानवजातीसाठी अमूल्य आहे. त्यांनी प्रज्वलित केलेला ज्ञानाचा आणि इतिहासाचा दीप भविष्यातील पिढ्यांना प्रेरणा, संशोधनाची दिशा आणि सांस्कृतिक अभिमान देत राहो.

"बौद्ध धम्माच्या अमूल्य वारशाला नवजीवन देणारे सर अलेक्झांडर कनिंगहॅम यांचे नाव इतिहासात सदैव कृतज्ञतेने आणि आदराने स्मरणात राहील."

लेखकाचे मनोगत व विनंती

आज जगातील परिस्थितीकडे पाहिले तर अनेक ठिकाणी युद्धे सुरू आहेत. काही देशांमध्ये तर गृहयुद्धासारखी अवस्था निर्माण झाली आहे. समाजातही शांतता आणि सौहार्द कमी होत चालले आहे. शेजारी-शेजाऱ्यांमध्ये मतभेद वाढत आहेत. महागाईमुळे सर्वसामान्यांचे जीवन कठीण झाले आहे. क्षुल्लक कारणांवरून वाद, भांडणे आणि हिंसाचाराच्या घटना घडत आहेत.

कौटुंबिक जीवनही याला अपवाद राहिलेले नाही. सासू-सून, पती-पत्नी, वडील-मुलगा, भाऊ-भाऊ यांच्यातील नातेसंबंध ताणले जात आहेत. अनेक ठिकाणी विश्वास, प्रेम आणि परस्पर आदर कमी होताना दिसत आहे. एवढेच नव्हे तर शिक्षण, आरोग्य, न्यायव्यवस्था, क्रीडा, चित्रपट, उद्योग आणि कार्यालयीन क्षेत्रातही स्पर्धा, मतभेद आणि स्वार्थ वाढताना दिसून येतो. डॉक्टर, वकील, अभियंते किंवा इतर व्यावसायिक व्यक्ती अनेकदा लोकांकडे केवळ ग्राहक म्हणून पाहतात. कोणती अप्रिय घटना कुठे आणि केव्हा घडेल, याचा अंदाज बांधणे कठीण झाले आहे.

अशा परिस्थितीत मानवजातीसमोर शांतता, मैत्री आणि करुणेचा मार्ग कोणता, हा प्रश्न उभा राहतो. माझ्या मते याचे उत्तर भगवान गौतम बुद्धांच्या धम्मात सापडते. जर आपण सर्वांनी बुद्धांनी दाखविलेल्या मार्गावर प्रामाणिकपणे चालण्याचा प्रयत्न केला, तर समाजातील अनेक समस्या आपोआप कमी होऊ शकतात.

यासाठी मोठमोठे धार्मिक विधी करण्याची आवश्यकता नाही. रोज विहारात जाणे, तीर्थयात्रा करणे किंवा बाह्य आडंबर दाखविणेही आवश्यक नाही. गरज आहे ती बुद्धांनी सांगितलेल्या पंचशील आणि आर्य अष्टांगिक मार्गाला आपल्या दैनंदिन जीवनात स्वीकारण्याची. सत्य, अहिंसा, करुणा, मैत्री, प्रामाणिकपणा आणि संयम या मूल्यांचा आचरणात समावेश झाला,

तर व्यक्ती, कुटुंब आणि समाज या तिन्ही स्तरांवर सकारात्मक परिवर्तन घडू शकते.

आपली वाणी, आपले कर्म आणि आपले वर्तन असे असावे की लोकांनी आपल्याकडे पाहून सहज म्हणावे, "*ही व्यक्ती खऱ्या अर्थाने बौद्ध आहे.*" बौद्ध ओळख ही केवळ निळे किंवा पांढरे कपडे परिधान केल्याने निर्माण होत नाही; ती आपल्या चारित्र्यातून, आचरणातून आणि मानवतेबद्दलच्या दृष्टिकोनातून प्रकट झाली पाहिजे. बुद्धांचा धम्म हा केवळ मानण्याचा विषय नसून तो जगण्याचा मार्ग आहे. आपण प्रत्येकाने हा मार्ग स्वीकारला, तर आपल्या समाजात अधिक शांतता, समता आणि बंधुभाव निर्माण होईल, हीच नम्र अपेक्षा.

"अत्त दीपो भव"

धम्ममार्ग : आजच्या अस्थिर जगासाठी एक शांततामय उपाय

www.ingramcontent.com/pod-product-compliance
Lightning Source LLC
LaVergne TN
LVHW100311210926
848480LV00003B/1089
* 9 7 9 8 9 0 5 1 0 8 1 0 5 *